जीवन प्रवाह

मनातल्या कविता आणि एक न संपणारा शोध...

डॉ. दीपक भोजराज

Jeevan pravah

© Dr. Deepak Bhojraj, 2024

जीवन प्रवाह

© डॉ. दीपक भोजराज, २०२४

दुसरी आवृत्ती	:	जानेवारी २०२४
प्रकाशक	:	सकाळ मीडिया प्रा. लि.
		५१५, बुधवार पेठ, पुणे-४११ ००२
मुखपृष्ठ	:	सुनिती लिमये
मांडणी आणि मुद्रितशोधन	:	सारद मजकूर, पुणे
मुद्रणस्थळ	:	विकास प्रिंटिंग ॲण्ड कॅरिअर्स प्रा. लि.
		प्लॉट नं. ३२, एमआयडीसी, सातपूर, नाशिक
ISBN	:	978-81-19311-92-7
संपर्क	:	०२०-२४४० ५६७८ / ८८८८८४९०५०
		sakalprakashan@esakal.com

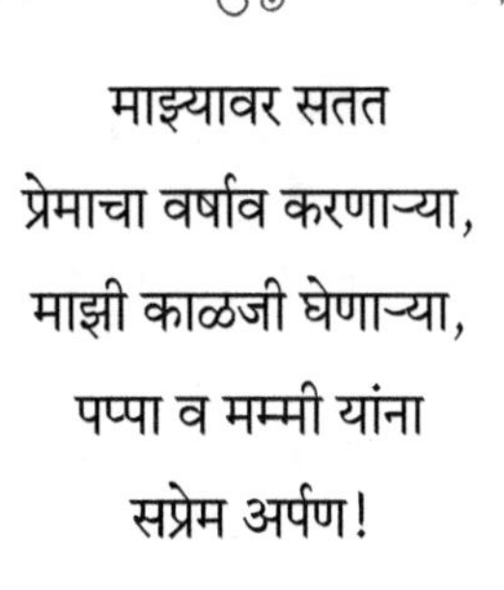

माझ्यावर सतत
प्रेमाचा वर्षाव करणाऱ्या,
माझी काळजी घेणाऱ्या,
पप्पा व मम्मी यांना
सप्रेम अर्पण!

प्रास्ताविक

डॉ. दीपक भोजराज यांनी लिहिलेल्या सर्व कविता मला आवडल्या. कविता आवडल्या असे म्हणण्यातच खरे तर सर्व रसग्रहण आले. रसिकाला कविता आवडली, तर ते कवीचे मोठे यश मानले पाहिजे.

कवी स्वतःची अनुभूती व्यक्त करत असतो आणि रसिक त्याच्या स्वतःच्या अवकाशात त्याचा अर्थ जाणून घेत असतो. या पलीकडे जाऊन कवितेचे विश्लेषण करायचे, तर ते रसास्वादाच्या परिभाषेत सांगावे लागेल.

'वाक्यम् रासत्मकाम काव्यं' असा सिद्धान्त आहे. त्या दृष्टीने पाहिले, तर दीपक यांच्या कवितेत शृंगार, हास्य असे विविध रस सहजच जाणवतील; पण महत्त्वाची गोष्ट म्हणजे दीपक यांनी त्यांचे खासगी अनुभवसुद्धा तितक्याच संवेदनशीलतेने, पण धीटपणे व काव्यात्म पद्धतीने प्रकट करण्यात यश मिळवले आहे.

त्यांच्या विचारांवर पूर्वसुरींचा प्रभाव जाणवतो, तसा तो सर्वच कवींवर थोड्याफार प्रमाणात असतो. दीपक त्यांच्या पुढील कवितांमध्ये निश्चितच स्वतःची शैली जोमाने विकसित करतील. त्यांचे वैद्यकीय व्यवसायातील भाव मात्र व्यक्त झालेले नाहीत. आता ते त्याकडे वळू शकतील.

मला जशा दीपक यांच्या कविता भावल्या, त्याप्रमाणे सर्व रसिकांना त्या आवडतील अशी खात्री वाटते. दीपक यांना पुढील वाटचालीसाठी मनःपूर्वक शुभेच्छा!

– प्रकाश कुलकर्णी, अणुशास्त्रज्ञ

मनोगत

कविता मला लहानपणापासूनच आवडत होत्या. मराठी शाळेतील 'गाई पाण्यावर काय म्हणुनी आल्या' ही कविता आवडली होती. आवडण्याचे कारण अजूनही माहीत नाही. रेडिओवरची गाणी ऐकायला आवडायची ती कदाचित अर्थापिक्षा तालासाठी.

पुढे शाळेत 'ती फुलराणी' आणि 'पृथ्वीचे प्रेमगीत' या कविता आवडल्या. नंतर अभ्यासाच्या व स्पर्धेच्या धकाधकीत कवितांचा विसर पडला. मी अमेरिकेत वैद्यकीय व्यवसाय करत असताना माझी भाची शर्वरी पाठक हिने मला 'मी माझा' व 'पक्ष्यांचे ठसे' ही कवितांची पुस्तके भेट दिली. त्या दोन पुस्तकांमधील कविता मला खूप खूप आवडल्या. त्यामुळे मी त्या पुन्हा पुन्हा वाचल्या. मला वाटते की, मी इथपासून मनातल्या मनात कविता रचल्या असाव्यात. पण निवृत्त होऊन वेळ मिळेपर्यंत त्या शब्दांत उतरल्या नाहीत. निवृत्त झाल्यावर मनात विचार यायचे आणि झोप लागताना किंवा सकाळी जाग येताना ओळी सुचायच्या. त्या मी लिहून ठेवायला सुरुवात केली आणि पुढे सुचल्या, की आणखी ओळी लिहून कविता पूर्ण केल्या. त्या कवितांचं 'सहज सुचलं म्हणून' हे पुस्तक छापून घेतले. हे पुस्तक तर आमच्या कुटुंबीयांसाठी होते; पण कविता लेखन, चारोळ्या लेखन, विनोदी ओळींचे लेखन चालूच राहिले. माझ्या लेखनासाठी माझे मेहुणे प्रकाश कुलकर्णी यांनी नेहमीच मला प्रोत्साहन दिले. त्यामुळे मी या कवितांचे संकलन करून मी 'जीवन प्रवाह' या कवितासंग्रहाची भेट देत आहे. आठवणी आल्या, तसा हा 'जीवन प्रवाह' वाहत गेला आहे. कधी प्रेम, कधी प्रेमभंग, कधी आनंद, कधी दुःख, कधी अश्रू, तर कधी हास्य अशी जीवनाची वाटचाल यात प्रकट झाली आहे. त्याला क्रम नाही, ताळतंत्र नाही. सुचेल तसे लिहिलेला हा 'जीवन प्रवाह' आहे. आशा आहे की हा तुम्हांला आवडेल. तुमचा प्रतिसाद म्हणजे मनात आलेले विचार, सूचना, भावना मला नक्की कळवा. मर्मबंधात मी त्या जपून ठेवीन. सर्व वाचकांना सादर प्रणाम!

– डॉ. दीपक भोजराज

ऋणनिर्देश

माझ्या कविता 'श्री दीपलक्ष्मी', 'शशी', 'अनुप्रिता' अशा मासिकांत व 'कलाविश्व' या साप्ताहिकात छापून आल्या आहेत. त्यांपैकी काही येथे संग्रहित केल्या आहेत.

'कलाविश्व'चे बहुविध प्रतिभासंपन्न संपादक नानासाहेब दिवेकर यांनी मला विशेष मार्गदर्शन केले. 'अनुप्रिता'चे साक्षेपी संपादक व लेखक य. ल. सांबारे यांचे प्रोत्साहन मिळाले. 'श्री दीपलक्ष्मी', 'शशी' या प्रथितयश मासिकांनी माझ्या कविता स्वीकारल्या. या सर्वांची मी अत्यंत ऋणी आहे. पण सर्वांत मुख्य म्हणजे माझा भाऊ डॉ. दीपक भोजराज, एमडी, याने माझ्या काही कविता त्याच्या कवितासंग्रहाचा एक भाग म्हणून जोडून घेण्याचे ठरविले, ही माझ्यासाठी अत्यंत आनंदाची बाब आहे. तो स्वतः उत्तम आणि शीघ्रकवी आहे. त्याचे औपचारिक आभार न मानता त्याच्या आणि इतर सर्वांच्या ऋणातच राहणे मी पसंत करते.

– तरंगिणी कुलकर्णी

आभार

१. ताई, माझी बहीण तरंगिणी कुलकर्णी, शाळेत असताना तिने सुंदर कविता लिहिली होती. त्याबद्दल 'फेमिना' या प्रसिद्ध मासिकात १९६१ साली तिची मुलाखत आली होती.

२. मोना, सध्याची शर्वरी पाठक, माझी भाची. ही आता अमेरिकेत संगणक अभियंता आहे. तिने मराठीचा व्यासंग जतन केलेला आहे.

३. अरुण जतकर, उत्तर अमेरिकेतील एकता त्रैमासिकाचे संपादक. नवीन लेखकांना व कवींना मार्गदर्शन करण्यात व प्रोत्साहन देण्यात ते उत्साही असतात.

४. प्रकाशराव, म्हणजे माझे मेहुणे प्रकाश कुलकर्णी. भाभा ॲटॉमिक रिसर्च सेंटरमध्ये धातुशास्त्र विभाग, अणुइंधन विभागाचे प्रमुख असून त्यांचे मराठी भाषेवर प्रभुत्व आहे.

५. छाया, माझी धर्मपत्नी, हिने संख्याशास्त्रामध्ये पीएचडी केली आहे. कॉलेजात ती स्टॅटिस्टिक्स शिकवत होती. आश्चर्य म्हणजे न कंटाळता तिने माझ्या कविता ऐकल्या आणि माझा छंद जोपासला.
या सर्वांचे मनापासून आभार.

अनुक्रमणिका

भाग ६ : नाती हृदयातली

भाग ७ : प्रेम

भाग ८ : चारोळ्या

परिशिष्ट : तरंगिणीच्या कविता

भाग १

मनातल्या कविता

ओळख

लिहिल्या काही ओळी मी
काहीतरी मनाला भिडलं म्हणून,
लिहिल्या काही ओळी मी
हर्ष धुंद झाला म्हणून!

लिहिल्या काही ओळी मी
मर्मबंधातल्या ठेवी उफाळल्या म्हणून,
लिहिल्या काही ओळी मी
अश्रूंचा बांध फुटला म्हणून!

लिहिल्या काही ओळी मी
हास्याला वाट मिळावी म्हणून,
हे शब्दांचे इंद्रधनुष्य उगवले
स्वप्न माझं भंगलं म्हणून!

आभार

बालपणी माहीत होता
फक्त लपाछपीचा खेळ
ताईने कविता लिहून शिकवला
कसा आनंदात घालवावा वेळ!

नंतर राहिल्या साऱ्या कविता
मराठीच्या पाठ्यपुस्तकात
पुन्हा ओळख करून देऊन
आणलं मोनाने कवितांच्या जगात!

कविता लिहिण्यासाठी सुरू झालं
माझं स्वैर नर्तन
अरुण जतकरांनी सावरलं मला
करून वेळोवेळी मार्गदर्शन!

लेखणी होती कधी स्तब्ध
आणि कधी शांत शांत
प्रोत्साहन देऊन प्रकाशरावांनी
ठेवलं तिला जिवंत!

माझ्या नवकविता ऐकवत
छायाचा मी पाहिला अंत
रात्रंदिवस साथ देऊन तिने
जगवला माझा छंद!

या सर्वांच्या आधाराने मिळाला
कवितांना आकार
विनम्र होऊन या सुहृदांचे
मानतो मी शतश: आभार!

मी कसा आहे?

मी कसा आहे
हे मला कुठे माहीत आहे?
खरं सांगू का
मी हा असा आहे!

मी हा असाच आहे
स्वप्नांत वावरणारा
झडत्या पानातसुद्धा
लपलेलं संगीत शोधणारा!

मी हा असाच आहे
मृगजळामागे धावणारा
मृगजळात बुडालो तरी
पोहावं कसं हे विसरणारा!

मी हा असाच आहे
आठवणींत हरवणारा
वर्षं निघून गेली तरी
अश्रू ढाळत राहणारा!

मी हा असाच आहे
बहराच्या मागे धावणारा
बहर सापडत नाही म्हणून
शिशिरालाच कवटाळणारा!

मी हा असाच आहे
स्वप्नातही स्वप्न बघणारा
स्वप्नपूर्ती होत नसली तरी
स्वप्नसृष्टीत हरवणारा!

कविता म्हणजे काय ?

नसते कविता मंजूळ गाणी
हृदयाची ही भावुक वाणी
बहर वा शिशिराची निशाणी
फुलवे मनी लपलेली कहाणी !

वेदना प्रसविते सुंदर शब्द
मद्य ना सुचवी कुणास पद्य
मर्मबंध ठेवी हिच्यावर लुब्ध
गातो कवितारती एक मुग्ध !

मुक्या मनाची होऊन भाषा
कथिते आपुली आशा-निराशा
कधी फुलविते ती स्मितरेषा
पूजा हिची रसिकांच्या देशा !

कवींची कल्पनाशक्ती

चंद्र, चांदण्या अन् जलधारा
सर्व कवींचा हाच निवारा
कल्पनांच्या राहून संग
मनी फुलविती रंगतरंग!

रंगांचे या करून मंथन
उपमा उत्प्रेक्षांची पखरण
स्वप्नांचेही धागे गुंफून
निर्मिती हे साज अनुपम!

उपमांची जणू फुलवीत बाग
अनुप्रासाचा साधित प्रासाद
यमकाची सदा ओढीत री
निर्मिती ही मायानगरी!

कवींसृष्टीची कथाच न्यारी
कल्पनांची घेत उंच भरारी
रसिक मनांवर करून स्वारी
राज्य करिती रसिक मनांवरी!

कवींची स्वप्नसृष्टी

अवनीचे बदलते रंग
बघण्यात असती कवी दंग
नसलेले जग असते संग
सोबतीला असतो स्वप्नभंग!

कवी म्हणतात त्यांच्यामुळे
आकाशात चंद्र आणि तारे
खरं की खोटं हे न कळे
कवींमुळे का धुंद वारे!

बालकवींची फुलराणी
स्वप्नातील ही प्रेमकहाणी
जागवे ही मधुर आठवणी
मिटल्या ओठी हिचीच गाणी!

पृथ्वीचं आर्त प्रेमगीत
करते कुसुमाग्रजांना अमर
गुणगुणे मन ते संगीत
आहे का तुम्हाला खबर!

कवितांची ही अमोघ शक्ती
बोरकरांच्या ओळी दावती
दिव्यत्वाची इथे प्रचिती
इथेच कर माझे जुळती!

रहाटगाडग्यात विरायचं
की स्वप्नसृष्टीत विहरायचं
तुमचं जग तुम्हीच ठरवा
तुमच्या जगात तुम्हीच हरवा!

चंद्र कवींचा ढळला

खुलवीत सुंदर रम्य कल्पना
रचती कवी नवीन रचना
विज्ञानाने केली स्वारी
भ्रमनिरास झाला अंतरी!

भुलविती सर्वां चंद्राचे किरण
कवी म्हणती हे स्वर्ग प्रक्षेपण
परी सवित्याने केलेले अर्पण
असती हे दिव्य तेज:कण!

निळ्या नभांच्या जगतात
वाटे चंचला करी स्वागत
हे मेघांच्या मिलनाचे अन्
नेत्रदीपक ऊर्जेचे दर्शन!

युगे युगे लखलखे चांदणी
चंद्राची ही सखी साजणी
ही तर खडकांची बांधणी
शांत झाली कवींची वाणी!

चंद्र चांदण्यांचे चमके गुंजन
वाटे कवींना हे प्रेमालिंगन
अवकाशाचे हे भव्य दर्शन
धुंद प्रीतीचे नसे प्रदर्शन!

कवींची ही मधुर पखरण
सुखवी मना सौंदर्यदर्पण
विज्ञानाचा सूर्य तळपला
अन् चंद्र कवींचा ढळला!

माझी लेखणी

उतरतात शब्द कधीकधी
लेखणीच्या टोकातून
वाळून जाते शाई
काही राहत नाही उरून!

उतरतात शब्द कधीकधी
हृदयाच्या गाभाऱ्यातून
वर्षे निघून गेली तरी
सल राहते रुतून!

मर्मबंधातल्या ठेवी
राहत नाही लपून
उमटतात शब्द कागदावरती
विधात्याचीही नजर चुकवून!

अशी ही छंदिष्ट लेखणी
उरते सर्वांना पुरून
मर्मबंध उलगडते
मनाचं दार उघडून!

कविता का लिहितो मी?

कविता लिहितो मी
आठवणी असह्य झाल्या की
हृदय मोकळं होतं
मग काही राहत नाही बाकी!

असं का होतंय
वर्षं निघून गेल्यावर
वाटलं सारं काही संपलं
आठवण का राही निरंतर!

कुठंही बघितलं तरी
तीच दिसे नजरेसमोर
कुठं हरवली ती परी
होईल का नजरानजर!

अजून असंभव स्वप्नामध्ये
रातराणी का गाली हसते
अजून त्या फुलांच्या बागेत
गुलाबाची का कळी उगवते!

त्या विश्वावर त्या शिल्पावर
अंध प्रीतीच्या धुंद तरुवर
आठवणींचा फक्त पहारा
हाच या जिवास निवारा!

प्रार्थना

असं लिहावं काहीतरी
हर्ष उधळावा जाता जाता
स्पर्श नको शोकांतिकेचा
सडा पडावा प्राजक्ताचा!

फुलांनी पुन्हा पुन्हा फुलावे
नातवंडांशी खेळत बिलगावे
बालपणीच्या विटीदांडूने
पुन्हा या जगी अवतरावे!

भातुकलीच्या खेळामधल्या
राजाराणीने इथे परतावे
हासत नाचत नाचत हासत
नाचऱ्या मोराने वेड लावावे!

प्रभाती अंगणी आल्यावर
उधळे जसा प्राजक्ताचा सुवास
तशी कविता लिहिता यावी
फुलवेल जी प्रत्येक श्वास!

आनंदाच्या मधुर क्षणांनी
लेखणीतून उतरावे
स्वर्ग धरतीवर आणून
धरतीला स्वर्गरूप द्यावे!

भाग २

निसर्ग सौंदर्य

सौंदर्य चक्र

विहरू या आपण पावसाच्या धारांत
आठवणींनी भिजलेल्या मनात
चित्त चोरणाऱ्या सप्तरंगी जगात
अविरत फिरत राहणाऱ्या चक्रात!

जलदाचे नभी नवे आगमन
तृषार्त धरेला देई जीवन
जलधारा करिती धुंद नर्तन
उतरे अवनीवर नंदनवन!

जलबिंदू नि सविता फुलवी कमान
सप्तरंग फुलविती धनूची शान
वृक्ष-वेलींनी शोभते रान
धरणीमातेला सौंदर्य प्रदान!

जलवर्षावाने येई धुंदी
बकूळ फुले फुलती सुगंधी
करितो पाऊस नजरबंदी
विधाताही विश्वकर्म्याला वंदी!

मेघांच्या गर्दीत लपली चांदणी
शोधी तिला बिजली क्षणोक्षणी
हासत नाचत खेळे पाणी
मुग्ध कोकिळा गाते गाणी!

धावे धुंद हा सुसाट वारा
नाचतो जलबिंदूंचा फुलोरा
मेघ वर्षवी शीतल धारा
जलस्रोत जणू देई पहारा!

रिमझिम बरसती श्रावणधारा
हिरवी धरती खुणवी मोरा
नाचे मयूर फुलवी पिसारा
तालाची देई साथ निर्झरा!

खळखळ वाहे धुंदीत निर्झर
शोधे सरिता साजण सागर
खुलवे वसुधा आपुले अंतर
निसर्गाची ही माया सुंदर!

सागर देई जलबिंदू मेघाला
नभ-जलदाच्या पुनर्भेटीला
मेघ वर्षवी पुन्हा जलाला
शमवी अवनीच्या तृषेला!

नभ-जलदाचे पुनश्च मिलन
देई धरेला नव-संजीवन
चक्र असे हे सदाच नूतन
हे तर भगवंताचे दर्शन!

द्रुतगती मार्गावर

धावत चालली आमुची गाडी
कधी सरळ कधी नागमोडी
पार करी कोसळत्या दरडी
जायी ओलांडून निळी खाडी!

आवतीभोवती पर्वतरांगा
वृक्ष-लता खुलविती रंगा
रमवे गिरीचा चढउतार
सरिता उधळे रजत बहार!

दाटीदाटीने मर्सिडीज, ऑडी
मारुती होंडाची धावे जोडी
डाएटिंगची इच्छाही पक्की
लपून घेतो पेप्सी नि चिक्की!

द्रुतगती मार्ग साधा सरळ
समांतर धावे ट्रेन सळसळ
उत्तुंग इमारतींची रंगे स्पर्धा
काही झोपड्यांचा साचा अर्धा!

उत्तुंग इमारती धनवानांची गर्दी
पडक्या झोपड्या गरिबांची वर्दी
कुठे असे गर्मी तर कुठे असे सर्दी
चालला बघत बघत एक दर्दी!

विमानातून

पांढऱ्या शुभ्र कापसाला, निळी निळी झालर
विधात्याने विणलेली, विविधरंगी चादर!
यान आमचं जायी, नभात खालीवर
अवनीच्या सौंदर्यावर खिळे ही नजर!

कधी कधी दिसे, हिरवीगार वनराई
निळ्या सरितेला, मिलनाची घाई!
सरितेच्या प्रतीक्षेत, सागर गीत गायी
बघत राहा नभातून, वसुधेची नवलाई!

उंच उंच शिखरांवर, शुभ्रतेची पखरण
सूर्यकिरणांचे त्यावर, गुलाबी नर्तन!
नजरबंदी करिती, रंगीत रविकिरण
जणू हे चमकणाऱ्या, रजताचे दर्पण!

मित्र येई शिंपीत, उजेडाचा सडा
तम जाऊन उघडे, प्रकाशाचा घडा!
अपूर्व ही रंगसंगती, नसे मनोरंजन
विधात्याच्या कलेचे, हेच नंदनवन!

निसर्ग

सुटलाय वारा वेगात
हलतात झाडं तालात
पडतोय पानांचा सडा
वाजवे निसर्ग चौघडा!

वाहतो वारा वेगात
पडती फांद्या उन्मळून
विचार दाटती मनात
सारं ताळतंत्र सोडून!

असली जरी दारे बंद
येतोय कानांवर खडखडाट
मनाची जरी दारं बंद
आठवणी करिती किलबिलाट!

ऐकू येई वाऱ्याची शीळ
विचारांना बसे खीळ
वीज दावी आकाशी नीळ
आठवणींचा काळजास पीळ!

शिंपिती घन जलधारा
सुखविती धरेच्या अधरा
जलदा रे जिवलगा भ्रमरा
चिंब प्रीतीचा दे निवारा!

चक्र निसर्गाचे

मेघ सांगे निर्झराला
दूर दूर का जाशी
येणार आहे तू वेड्या
पुन्हा माझ्या पायापाशी!

खळखळत जात राहा
मिसळून नदीच्या प्रवाहात
देत राहा सर्वांना जीवन
पाणी तृषार्त अधरात!

कदाचित एखाद्या शेतात
करशील तू वसती
अन् कुणीतरी श्रमिक
पिकवील मातीतून मोती!

अडथळा जर आला तर
होऊन जा तू सरोवर
सजीव जीवनाला तू
आधार दे खरोखर!

शेवट जर झाला सागरात
येशील तू आकाशात
पुन्हा होईल माझा जन्म
येशील तू माझ्या अंतरात!

कलंक शोभा

धावतो पळतो तू इकडेतिकडे
घन जलदांतून वाट उलगडे
शुभ्र प्रकाशाचे भरती घडे
चांदण्यांचे फुले भोवती कडे!

निळ्या नभाच्या विसरून रंगा
घेऊन जाशी प्रीतीच्या गंधा
रातराणीच्या फुलवी सुगंधा
कोष चांदण्यांचे देई प्रेमिका!

देतो जरी तू प्रकाश शीतल
भाळावर का कलंक निश्चल
उल्काही सोडती स्थान अविचल
लपे न कुणाचीही चलबिचल!

खुलविशी तू रे निळ्या नभा
अवनीवर उजळी शुभ्र प्रभा
प्रेम प्रेम हा तुझाच गाभा
प्रिय आम्हा ही कलंक शोभा!

नर्तन

सोसाट्याचा सुटला वारा
पर्जन्याच्या अविरत धारा
वृक्षलताही करिती नर्तन
निसर्गाचे हे धुंद वर्तन!

असं वाटतं शांत न व्हावं
बेधुंद नर्तन हे चालू राहावं
शांत झाला पण क्षणात पाऊस
फिटेल का ही वेडी हौस!

होतोय आकाशी पुन्हा गडगडाट
येईल सृष्टी पुन्हा बहरात
निसर्गानि अशी कृपा करावी
पर्जन्यवृष्टी कधी न संपावी!

झालंय आता सारं शांत शांत
असं का व्हावं याची मनात खंत
पुन्हा पुन्हा एकच धावा
वेडाला अंत नसावा!

निर्झराचे मनोगत

जातोय तो पुढे पुढे
ओलांडीत एक एक टप्पा
सोडवतोय तो साकडे
उघडीत अंतरीचा कप्पा!

धुंद वाही खळखळ निर्झर
देई धरेला कधी न अंतर
ओलावा देत शुष्क धरेला
खळखळ निर्झर पुढे चालला!

अंतरी त्याच्या एकच खंत
कसा करू मी देवा अंत
तृषार्त धरेच्या अधरांचा
कच्च्याबच्च्यांच्या भुकेचा!

एकच प्रार्थना तुझिया चरणी
लाव माझे जीवन कारणी
पुनर्जन्म दे मला क्षणोक्षणी
पूज्य मला ही माता धरणी!

भाग ३

हलक्याफुलक्या कविता

(विनोदी)

'ट'ला 'ट'

लावून नुसता 'ट'ला 'ट'
कविता करिती कवी झटपट
समजूत ही अगदी पोरकट
सांगतो एक लाखाची गोष्ट!

काही लोक असती उर्मट
मद्य प्राशुनी करिती वटवट
म्हणती कविता नुसती कटकट
वाचावा त्यांनी भट आणि बापट!

नुसता लावून 'ट'ला 'ट'
कविता नसे होत प्रकट
प्रतिभा असीम भाव उत्कट
नसे केवळ ही शब्द सजावट!

वाट असली जरी बिकट
सोडू नको तू मार्ग धोपट
अनंताची ही उक्ती उत्कट
स्मरून पंक्ती सांगा पटपट!

लावला का त्यांनी 'ट'ला 'ट'
विचार तुमचे सांगा नीट
सांगा सांगा बोला झटपट
आहे का हा कवी वात्रट?

आठवत नाही

लागली आहे मला विसरण्याची खोडी
काहीतरी विचारते मला माझी गुलछडी!
मी चूप असलो तरी बडबडे ही घडी घडी
करितो मी जरी यादी हरवे माझी चोपडी!

ब्रेनमधल्या डेटाची झाली आहे खिचडी
राम करतो खोडी त्याची थांबली गाडी!
मदरबोर्डचीसुद्धा झाली बालवाडी
मनाच्या कॉम्प्युटरची विस्कटली घडी!

सीपीयूत झाली व्हायरसेसची गर्दी
ब्रेनला झाली जोरदार सर्दी!
राम देईना त्याला कसलीच वर्दी
हसतो का मला जमाना बेदर्दी!

रामराज्याचा झालाय आता अंत
वाटे मला याची अनुपम खंत!
आठवण्यासाठी करावं जंतरमंतर
देता का मला रामदेवबाबाचा नंबर?

राम (रॅम - रँडम ॲक्सेसरी मेमरी)

आमच्या 'ही'चं प्रकरण

लग्न केलं मी 'ही'च्या बरोबर, होती तेव्हा 'ही' चंद्रमुखी
वर्ष निघून गेल्यावर, बघा कशी झाली माझी सखी!

आमची 'ही' आहे सुगरण, रोज रोज पोळी शिकरण
वाढदिवसाला गुलाबजाम, चित्रपट छान त्याला सलाम!

असेल जर वजनाचा प्रश्न, सोडू नका कधीही यत्न
या नि खा या घरचे अन्न, वेटलॉसचे मिळेल पूर्णब्रह्म!

खरकट्या भांड्यांचा पसारा, स्वच्छ करे 'ही'क्षणात सारा
त्यावर चकाकीचा मारा, एअर कंडीशनरचा नंतर वारा!

जिकडेतिकडे पसरती कपडे, पसाऱ्याचे 'ही'ला वावडे
खडाष्टक मग होई खडे, आवरण्याचे मिळती धडे!

शॉपिंग करते 'ही' वणवण, आणते काहीतरी निष्कारण
क्रेडीट कार्ड झिजते क्षणक्षण, डोके माझे फिरते भणभण!

ना मागे 'ही' चांदी-सोने, प्रसन्न होई फक्त हिऱ्याने
तूच कोहिनूर हे सांगणे, पटे ना तिला, नशीबच उणे!

आली जर कधी आणीबाणी, पाजते 'ही' मलाच पाणी
अवाक होते माझी वाणी, मूग गिळतो गरीब प्राणी!

माझी 'ही' लाडकी सखी, होती कधीतरी चंद्रमुखी
कळेना मी कसा सुखी, जरी आज ती ज्वालामुखी!

दंतवैद्य आणि मी

देवावर आहे आमचा विश्वास
फक्त आहे त्याला सवलत
इतर सर्वांनी द्यावी कॅश
मगच दात होतील बळकट!

सारखं सारखं तिथेच जायचं
रोज त्याच खुर्चीवर बसायचं
जोरदार दुखणं सहन करायचं
मूग गिळून चूप बसायचं!

आधी घ्यायचं इंजेक्शन
मग ड्रिल करे गुंजन
हातोडीची मग खणखण
डोके मग फिरते भणभण!

दातात येई जोरात कळ
मग वैद्याच्या हाताला येई बळ
कापू नका भीतीने चळचळ
फक्त खिशालाच लागेल झळ!

आधुनिक ओवी

अरे संसार संसार
जसा कुकर शेगडीवर
आधी शिट्ट्यांचा सुकाळ
तेव्हा शिजते तिची डाळ!

अरे संसार संसार
जसा घरी मायक्रोवेव्ह
आधी विजेचा प्रवाह
तेव्हा मिळते जेवण!

अरे संसार संसार
आधी आणा हो मिक्सर
आवाजाचा भडिमार
तेव्हा मिळते कोशिंबीर!

अरे संसार संसार
जसा टीव्ही घरोघर
रिमोट कंट्रोलने त्याला
नाचवी ती तालावर!

अरे संसार संसार
जसा कॉम्प्युटर घरोघर
रेसिपी आधी गुगलवर
तेव्हा मिळते भाकर!

अरे संसार संसार
'अहो ऐकलात का?'चा भडिमार
'हो' म्हणा लवकर
लाटणे नाहीतर पाठीवर!

साठीची मिठी

तारुण्याच्या गळ्यात माळा
तुझ्या गळा अन् माझ्या गळा
साठीच्या येता वेळा
तुझ्या गोळ्या अन् माझ्या गोळ्या!

मिठी साठीची पडता गळी
चावू न शके ही कवळी
जिकडे तिकडे गोळी गोळी
विधिलिखित हे माझ्या कपाळी!

तुझ्या गोळ्या अन् माझ्या गोळ्या
डॉक्टर वाढवितो सदा सगळ्या
गुडघ्यामध्ये होता पेन
डॉक्टर म्हणती घ्या ब्रुफेन!

डोके दुखे कधीकधी
डॉक्टर म्हणती बीपीची व्याधी
तुम्हाला आहे ब्लडप्रेशर
घ्या तुम्ही लो-प्रेशर!

ब्लड टेस्ट केली काय?
कोलेस्टेरॉल तुमचे स्काय हाय!
फॅटी फूड खाऊ नका
स्टॅटिनच्या गोळ्या विसरू नका!

फॅटी फूड खायचं नाही
मिठाची चव घ्यायची नाही
गोडाकडे बघायचं नाही
गोळ्या कधी विसरायच्या नाहीत!

उगीच का घ्यावी कडू गोळी
खावी सरळ पुरणाची पोळी
चावताना जर तुटली कवळी
अळीमिळी गुपचिळी!

पर्यटन की पायपीट

भिंतींसारखी भिंत, विटांसारख्या विटा
बघायला का जायचं, चुकताय तुमच्या वाटा!

'ग्रेट वॉल ऑफ चायना', सुखवी सर्वांच्या नयना
त्यात बघायचंय काय, हा तर दगडांचा नमुना!

तुम्ही म्हणताय शहानं, दिलंय संगमरवरी स्वप्न
पांढऱ्या दगडांची वास्तू, नसे इतरांपासून भिन्न!

गगनभेदी आयफेल टॉवर, दृष्टिक्षेपात खिळते नजर
काय बघायचंय त्यात, हा तर लोखंडाचा खांब!

निसर्गाचं आश्चर्य, असीम सौंदर्याचा झरा
शब्द पडती अपुरे, हा तर आहे नायगारा!

कौतुक काय याचं, पाण्याच्या मोठ्या धारा
वेड लागलंय तुम्हाला, तुमचे वाजले बारा!

तेच निळं निळं पाणी, तेच निळं आकाश
बघायला क्रुझ का, विचित्र हा हव्यास!

आज जर तुम्ही इथे, तर उद्या असाल तिथे
धावू नका सैराट, शोधा परतीची वाट!

टीव्ही आणि व्याकरण

तो आणि ती यांचेच टीव्हीवर नाम
कधी सर्वनाम, कधी विशेषनाम
टीव्ही बघण्यापेक्षा करा आराम
टीव्ही बघून म्हणा 'राम राम राम'!

हिंदी भाषेतही तोच निनाद
नका करू मराठीत अनुवाद
रोज रोज चाले तोच विवाद
उपमा उत्प्रेक्षांचा विसंवाद!

टीव्हीवर चाले रोज तेच प्रक्षेपण
दिसत नाही कधी नवे विशेषण
सीरियलवर रोज तेच तेच पद
शोधा आता नवीन क्रियापद!

टीव्हीवर आमच्या हिचं प्रकरण
रोज रोज रंगे तेच क्रियाविशेषण
उठे आमचे डोके सारखे विनाकारण
सर्व मालिकांचे हेच असे व्याकरण!

कोण कर्ता नि त्याचे कर्म काय
जोड्या जुळवणंही जमत नाय
वर्तमानकाळ हा की भूतकाळ
कळेना कुणाची शिजते डाळ!

हे वाचून लावा कपाळाला हात
टीव्ही बघण्यात करा कपात
फक्त म्हणा राम राम राम
व्याकरणाला आता पूर्णविराम!

एक प्रेमकथा

आम्हा दोघांची आहे, घनिष्ठ प्रेमाची कथा
आवडेल तुम्हालाही, आमच्या प्रेमाची गाथा!

गरज नसली की, राहते ती लपून
इतर वेळी मात्र, राहते ती चिकटून!

धो धो पावसात, ती ओलीचिंब होते
अंगाला बिलगून, मला साथ देते!

चिंब भिजलो की, येते तिची आठवण
रखरखत्या उन्हातही, वाटे तिचेच आकर्षण!

मुंबईला नेहमी वाटतं, ती जवळ हवी
इतर सर्व गावांत, निघते वेळ कशीबशी!

अशी आमची दोघांची, आहे घनिष्ठ मैत्री
कोपऱ्यात पडून राहते, मैत्री करणारी छत्री!

कटकट

आमचे हे बाई करतात कटकट
मागतात कॉफीचा कप रोज झटपट
कॉफीबरोबर यांना हवा असतो टोस्ट
मिळत नाही तो शोधून कोस्ट टू कोस्ट!

ब्रेकफास्ट संपण्यापूर्वी होते मी सपाट
सांगती कर लंचला रसगुल्ल्यांचा थाट
लंच संपण्यापूर्वी यांची आज्ञा स्पष्ट
डिनरला पुरणपोळीचे घे तू कष्ट!

भांडीसुद्धा हे घासत नाहीत नीट
चाले सदा यांच्या तोंडाची पीटपीट
कचरा जमलाय प्रत्येक कोपऱ्यात
मग्न तरी हे टीव्ही बघण्यात!

यांच्याच मोदीने आणले हे संकट
करावी लागते मला सर्वांबरोबर झंझट
मोदी जिनपिंगमुळेच होते ही कटकट
पाठवू या सर्वांना वुहानला झटपट!

साठीची गोडी

विचारलं 'ही'नं मला
कुठं ठेवली तीळगुळाची वडी
वहीत लिहून ठेवलं होतं मी
पण हरवली माझी चोपडी!

काय सांगू मी 'ही'ला आता
चालत नाही माझी खोपडी
काय बोलेल ती या विचारांनी
क्षणात वळली माझी बोबडी!

देवाची कृपा बरोबर खडी
काय विचारलं ते विसरली गुलछडी
करावी न लागली लबाडी
तिची नि माझी जमली जोडी!

नाही मिळाली जरी तीळगूळ वडी
बोलण्यात ठेवा नेहमी गोडी
आठवत राहा तुम्ही हे हर घडी
नाहीतर विस्कटेल जीवनाची घडी!

प्लास्टिकचे गुणगान

प्लास्टिकला आता आलीय बंदी
उतरत नाही अजून धुंदी
प्लास्टिकच आता झालंय रद्दी
असे म्हणे हा अनंत छंदी!

प्लास्टिकचा आता नकोच गंध
चष्म्याशिवाय होतील सर्वच अंध
प्लास्टिकचा मोबाईलही ठेवा बंद
व्हॉट्सअॅपचा सर्व सोडा छंद!

प्लास्टिक व व्हॉट्सअॅपचा न होई समेट
मिळणार नाही कुणाला चॉकलेट
नसेल जवळ जर कापडी बकेट
जाईल तुमची लगेच विकेट!

प्लास्टिकविना आणाल कशी वडी
रस नका आणू, आणा नुसती वडी
कागदात विस्कटेल कपड्यांची घडी
प्लास्टिक नाही म्हणून वळेल बोबडी!

वाटे जरी ही उपदेशाची खिचडी
आठवण ठेवा याची घडोघडी
ऐकलं नाही, तर पडेल हातकडी
वाहतो ही उपदेशाची पुडी!

भाग ४

सामाजिक – राजकीय

(देशप्रेम)

आकांक्षा नववर्षाच्या

नववर्षाचा होतोय उदय
आकांक्षांचं मनी वलय
अशुभाचं विसरून भय
व्हावा नवा सूर्योदय!

बंद व्हावे दंगेधोपे
व्हावे पुन्हा जगणे सोपे
राहू-केतूचे तोडून नाते
ऋग्वेदाशी जुळवू गोते!

पूर्ततेला येऊन गती
देशाची या व्हावी प्रगती
असत्याने जावे सती
निर्मळ व्हावी सर्वांची मती!

एकत्वाची व्हावी अशी रचना
जागावे सर्वांनी आपुल्या वचना
भारत व्हावा जगाचा दागिना
नववर्षाची हीच कामना!

एकता

नजर वेगवेगळ्या दिशेला, भिन्न मतांचा इथे गलबला
तरीही सारे सदा बरोबर, असेच का हे घडे निरंतर!
नसे जरी एकच भाषा, एक तरी सर्वांची अभिलाषा
उत्तर, दक्षिण, पूर्व नि पश्चिम, बांधले सारे गाठींनी रेशीम!

उत्तरेला हिमशिखरी, शिवसदन ही श्रद्धा अंतरी
दक्षिणेला जललहरी, शिवासाठी उभी कन्याकुमारी!
भूमी ही सुजलाम सुफलाम, साऱ्यांचा हिला प्रणाम
युगे युगे पिकवी हिरे-मोती, भुकेल्या मुखी करे भरती!

मने सर्वांची वसती काशीत, स्थिरावती गंगेच्या कुशीत
गंगामातेच्या पावन पाण्यात, सापडे जीवनाचे फलित!
आले कुठलेही अरिष्ट जरी, श्रीरामाचा मन धावा करी
श्रीकृष्णाला आठवून अंतरी, सत्कर्माचा मार्ग स्वीकारी!

असे असती हे विविध धागे, गुंफती सर्वांना संगे
असले जवळ किंवा दूर, मनी सर्वांच्या एकच सूर!
पूजती सारे भारतमाता, जागवे ही मनी एकता
मनी सर्वांच्या एक सरगम, वंदे मातरम् वंदे मातरम्!

अहिंसा

चाललीय सगळीकडे मारामारी
जमिनीच्या एका तुकड्यासाठी
अनादी कालापासून चालणारी
हीच संस्कृती आमुच्या गाठी!

अनादी काल कशाला म्हणता
आठवत कसे नाही तुम्हाला काही
दुर्योधनाने केली सांगता
सुईच्या अग्राइतकीही जमीन देणार नाही!

चाललेय आताही तेच
माणसेच कापतात माणसांचे गळे
काश्मीर घ्या की इस्त्रायल
पडत आहेत रक्ताचे सडे!

बुद्ध गांधींचे अश्रूसुद्धा
आणू न शकले अहिंसा
बंदुकीच्या एका गोळीने
झेलली त्यांनी हिंसा!

होते मन विषण्ण
पुन्हा पुन्हा हे आठवून
मनातला अश्रूंचा बांध
ठेवू कसा रोखून!

हा तर अंधकार

स्वातंत्र्याची उषा उगवली, दशकांमागून दशके गेली
तरीही मिळेना अजुनी, आमुच्या प्रगतीला आकार
घननिळ्याची कृपा हरवली, बळीराजाला मिळे न पाणी
घरी कुणाच्या पोहण्यासाठी जलाशयांचा अवतार
  हा तर अंधकार!

भुकेने कुणी व्यथित होणे, मुखी कुणाच्या चणे फुटाणे
मिळे कुणाला सदासर्वदा पक्वान्नांचा उपहार
दारिद्र्याने कुणी शोधिती गळफासाचा आधार
बँकेवरती कुणी डल्ला मारुनी मिरविती हिऱ्यांचा हार
  हा तर अंधकार!

भल्याबुऱ्याची विसरून नीती होती खुर्चीवरती स्वार
रक्षकांना सोडून सर्वदा करिती भक्षकांचा सत्कार
स्वातंत्र्याचा सूर्य तळपतो तरीही घरोघरी अंधार
झगमगाटहीं कुणाकुणाकडे असाच इथला व्यवहार
  हा तर अंधकार!

स्वातंत्र्यानंतर वाटले सर्वांना, रामराज्य येणार
दशकानंतर होई अजूनही, आश्वासनांचा भडिमार
पुनश्च निवडून त्यांना आम्ही, भरवितो तोच दरबार
दोष कुणा का द्यावा, त्यांना आम्हीच देतो आधार
  हा तर अंधकार!

पाठलाग

ऐका वाट चुकलेल्यांनो
घातकी तुमचा आवाज
स्वतःच्या जन्मभूमीला
लावताय तुम्ही आग!

पसरली होती का मोगलांसमोर
मावळ्यांनी वाटी
की शिवाजीने बोलावलं औरंग्याला
करण्या वाटाघाटी!

कळते त्यांना एकच भाषा
ती म्हणजे लाठी
पळाले मोगल कारण
मावळे लागले पाठी!

किती शत्रू मेले
आकडे न विचारले कोणी
शत्रूंचा केला नाश
अन् थोपवली आणीबाणी!

फितूर होऊ नका
येऊ द्या आता जाग
वाचवा आपुली काशी
वाचवा आपुला प्रयाग!

हिंदुस्तानच्या अस्मितेचा
सोडू नका माग
देशाच्या अभिमानाचा
करत राहा पाठलाग!

सैनिकांना अभिवादन!

देशासाठी ढाल झाली
त्यांची निधडी छाती
थंडीची अन् बर्फाचीही
पर्वा न त्यांना होती!

जिवावर उदार होऊनी
दिली प्राणांची आहुती
घरात आम्ही बसलो परी
बलिदानाची जाणही नव्हती!

पार्थिव त्यांचे दिसेना
दुभंगली रे ही माती
ज्योती पतंगाने वंदावी
अशी ही देशाची प्रीती!

बघितलं नसलं तरीही
जुळली मनांची नाती
ओघळणारे अश्रूथेंबही
गीत या वीरांचे गाती!

उजळवतो या वीरांसाठी
आम्ही लक्ष लक्ष ज्योती
पुजीत असतो मनमंदिरी
या अभिमान्यांच्या मूर्ती!

भारतमातेचा सुपुत्र

सीमेवर लढता लढता केलं त्यानं जीवन समर्पित
गावकरी आले सीमेवरती, सारे होते सद्गदित
सर्व मातांच्या डोळ्यांत होता अश्रूंचा सुकाळ
प्रत्येक माता म्हणत होती, हाच आहे माझा बाळ!

हळहळला नि रडला येथला प्रत्येक पिता
बघवेना नयनांना आपल्याच बाळाची चिता
प्रत्येक मुलगा म्हणाला, हा आहे माझा भाऊ
देवा माझ्या भावाला, नको तू घेऊन जाऊ!

प्रत्येक मुलगी म्हणाली, हा माझा भाऊराया
राखी बांधीन आठवणीला, नयनी फक्त माया
हा तर होता आमच्या भारतमातेचा पुत्र
तिरंगाही गहिवरला, पाणावले त्याचे नेत्र!

हे सर्व भारतीय, एकच कूळ, एकच गोत्र
शांत शांत प्रहरी यांच्याच स्मृतीचे सत्र
यांच्यामुळेच उजळे आमची प्रत्येक रात्र
पूजा करितो यांची आम्ही ओवाळून गात्रं!

समर्पण

देश हा शूरवीरांचा
लढणाऱ्या निधड्या छात्यांचा
का विव्हळे आता माझी माता
तिरंग्याचा का झुकला माथा?

उठा बंधूंनो, सावध व्हा रे
समशेरीला तळपू द्या रे
दुष्ट शत्रूला नष्ट करा रे
तिरंग्याला फडकू द्या रे!

हीच सर्वांच्या मनी मनीषा
मन अन् तनाची अभिलाषा
भारतमाते तुलाच वंदन
तुझ्यासाठी हृदयाचे स्पंदन!

दिवस असू दे किंवा रात्र
लढेल तुझ्यासाठी गात्र नि गात्र
करू जीव हा तुलाच अर्पण
माते तुजला सर्व समर्पण!

भाग ५

जीवन प्रवाह

प्रवाह

जाते आता हातातली प्रत्येक गोष्ट पडून
ठेवता येत नाही काही मनात लपवून!

सर्व प्रवाह वाहतात, संपतात धबधबा होऊन
विचारांचे प्रवाहही संपतात मनसुबा होऊन!

कधी चढ कधी उतार, कधी शिशिर कधी बहार
वळणं प्रवाहाची नागमोडी, तळाशी ओलीचिंब खडी!

कितीही यत्न केला तरी प्रवाह नाही थांबत
प्रवाहाबरोबर जीवनही जात असतं रांगत!

धबधब्याच्या तळाशी असतो एक पाषाण
नसते त्या पाषाणाला सुखदुःखांची जाण!

होऊन कठोर पाषाण तुम्हीही विसरा व्यथा
जीवनाच्या रामायणाची हीच असे प्रथा!

संस्कार

अरे संस्कार संस्कार
चालीरितींचा आविष्कार
याचा मिळता आधार
येते जीवनी बहार!

अरे संस्कार संस्कार
पूर्वजांनी दिलेला रुकार
सवय याची केली जर
सुखी होईल संसार!

अरे संस्कार संस्कार
जसा ज्योतीचा प्रकाश
करुनी अंधाराचा विनाश
उजळी जीवन निरंतर!

अरे संस्कार संस्कार
रूढींनी निर्मिलेला सुविचार
करा याचे जतन
समृद्ध होईल जीवन!

नशीब

प्रत्येक जण असतो दंग आपापल्या विश्वात
नशीब भरते रंग निर्मित नवीन प्रभात!

नवीन प्रभात आणेल उजेड की अंधार
कुणी न जाणे जगात नशिबाचा झंकार!
नशीब देई भाग्यवंताला अमर्याद सत्कार
कधीकधी येती वाट्याला विषारी फुत्कार!

नाही चुकले रामालाही बदलते प्रारब्ध
राजपुत्रांच्या खेळण्याला मातीचा सुगंध
अग्निदिव्य केले सीतेने आली तावूनसुलाखून
त्याग केला रामाने कमनशीब आले धावून!

पांडवांना मिळणार होता राजधानीत निवास
पण आला त्यांच्या वाट्याला चौदा वर्षे वनवास
श्रीकृष्णाला मिळाला होता राधेचा सहवास
जाग आली आणि झाला त्याचाही भ्रमनिरास!

हेच जर आहे नशीब पृथ्वीवर देवदेवतांचं
नको डोळ्यांत अश्रू जीवन आपलं भाग्याचं!

व्हॉट्सॲप

माझं नाव आहे व्हॉट्सॲप
घालत नाही मी कुणाला कॅप
माझ्यामुळे कुणा न येई नॅप
सर्वांना गुंतवितो माझा ट्रॅप!

माझ्याकडे आहे एक कळ
आणते ती सर्वांना जवळ
राहत असतं कुणी भारतात
असतं कुणी दूर जगतात!

हरवली जरी मार्गाची काठी
घालून देतो मी सर्वांच्या गाठी
उलटली जरी कुणाची साठी
उघडतो मी दार सर्वांसाठी!

व्हॉट्सॲपवर काल नि आज
व्हॉट्सॲपवर दिन नि रात
चालत असते सारखी बात
नाही करत मी कुणाचाही घात!

कुणाच्या मनात काय असतं
कुणाच्या मनात काय खुपतं
व्हॉट्सॲपवर सारं कळतं
सुखदुःखाचं नातं जुळतं!

शांतीचा दूत मी, प्रेमाचा मीत मी
सर्वांच्या जवळ मी, असा मी असामी!

गणित

बेरीज वजाबाकी गुणाकार भागाकार
चौघे मारती चौकार मिळे शून्य वारंवार!

एकामागून एक येतात प्रश्न अगणित
बदलत राहतं सारखं आयुष्याचं गणित!

करायला जातो बेरीज होते वजाबाकी
आयुष्यात आहे वजाबाकीच लकी!

कळत नाही नेहमी असा का होतो प्रकार
वाटतं जुळतंय सारं नक्की होईल गुणाकार!

फासे पडतात उलटे आतबट्ट्याचा व्यवहार
सारखं असंच होत होत राहतो भागाकार!

नवे नाही सुचले शब्द ना उमटे चकार
सहावे कडवे जमले मारला मी षटकार!

अमृत सिंचन

नको करू रे धांगडधिंगा, अंतरीचे गीत गा
उलटीसुलटी नको आरोळी, ताल सुरांच्या जा जवळी!

प्रेमाची जर मनी अभिलाषा, वाच दुज्या डोळ्यांतील भाषा
अडकला जर जीव जिवात, होऊ दे आर्त गीतांची बरसात!

सुरांचा राजा बैजूची, घुमली हाक गंगातीरी
छेडल्या तारा आर्ततेनी, उमलली प्रीती अंतरी!

मेघमल्हाराने आणली, पर्जन्याची असीम वृष्टी
अमर केली तानसेनांनी, संगीताची सुमधुर सृष्टी!

घुमले होते इथे कधीतरी, बालगंधर्वांचे दैवी सूर
मन मंत्रमुग्ध होते, वाहे आठवणींचा पूर!

वसंतरावांच्या गायकीने, घुसली काळजात कट्यार
अंतरातल्या आर्ततेने, होतो जीवन विहार!

लतादीदींचे गीत गायन, गंधर्वांचे अविरत पूजन
मंगेशाच्या करांचे नर्तन, सूरतालांचे निर्मल मिलन!

ताल स्वरांचे आर्त गीत, जागवी मनी अमर प्रीत
नसे हे केवळ मधुगुंजन, हे तर आहे अमृत सिंचन!

नियती

येते भरती मग ओहोटी
चक्रातच या वसती घरटी
पक्षी येती पक्षी जाती
चक्राची या सदा भ्रमंती!

कधी ओहोटी कधी भरती
जाणे उत्तर फक्त नियती
स्वप्नसृष्टीच्या निर्मितीची
हीच रे लपलेली जननी!

असं वाटत होतं कधीकधी
आपणच होतो शिल्पकार
अकल्पित घडतं काहीतरी
बदलतो जीवनाचा आकार!

नसे काही आपुल्या हाती
नियतीला करा प्रणाम
नियती हीच असे प्रणिती
नियतीचे आपण सर्व गुलाम!

परिक्रमा

प्रत्येक जण फिरत असतो
आपापल्या अक्षाभोवती
परिघापलीकडे जात नाही
त्याच्या स्वप्नातील सृष्टी!

एकाच अक्षाभोवती घालतो
घिरट्या प्रत्येकाचा जीवनरथ
कधी बरोबर कधी चुकत
राहत असतो त्याचा पथ!

भरत जातात कधीकधी
एकामागून एक मधुघट
कधी राहते रिकामी ओंजळ
कोरा राहतो आयुष्याचा पट!

घडतं ते नसतं आपल्या हातात
कधीच ते येत नाही लक्षात
वाटतं सारं घडवतो आपलाच हात
पण आयुष्य ही वाऱ्यावरची वरात!

म्हातारपण – १

काय असतं म्हातारपण
असतो नुसता आराम
पटतं नेहरूंचं सांगणं
'आराम है हराम!'

आरामाचा कंटाळा आला
तर करतो मी सेवा
तिचाही कंटाळा आला
तर खातो गोड खवा!

मुलेही दूरदूरून
करतात चिवचिवाट
मरण यावं यांच्या
प्रेमाच्या पांघरुणात!

कधीकधी तर सांगतो
नातवंडांना चक्क जोक्स
नाइलाजाने ऐकून घेतात
ते माझे बोअरिंग कोट्स!

कधीकधी करावा लागतो
नाइलाजाने स्वयंपाक
गोड मानून घेते ती
मी दिलेला खुराक!

कधीकधी सुचतात
नव्या नव्या चारोळ्या
बासुंदीबरोबर खाण्यासाठी
या चविष्ट आगळ्या!

नाही एकही तक्रार
मिळतंय सारं मुबलक
हे म्हातारपण आहे
आयुष्यातलं गुडलक!

म्हातारपण - २

आलंय आता म्हातारपण
होईल का आयुष्य बोअरिंग
म्हणतात परत येतं बालपण
कळेना पुढचं बेअरिंग!

नाही कामावर जाण्याचा स्ट्रेस
नाही आता कुठलीही चिंता
आरामात बघावा टीव्हीचा ग्रेस
बघावी क्रिकेटची रंगता!

कधीतरी करतो स्वयंपाक
करतो तो 'ही'ला अवाक
तिला माहीत नाही माझा मोड
मानून घेते ती सारं गोड!

साता समुद्रापलीकडून
मुलं करिती किलबिलाट
हे क्षण अनुभवण्यासाठी
वाटतं करावा जीव प्रदान!

नातवंडं इतक्या अंतरावरून
मारतात पुन्हा पुन्हा मिठ्या
लांबून मी पण घेतो पापा
गोष्टी सांगत मारतो थापा!

इतकं छान आहे म्हातारपण
नको तारुण्य नि बालपण
पुन्हा पुन्हा तू देत राहा
देवा मला म्हातारपण!

वेड

हो, मी आहे वेडा
तूही आहेस वेडी
वेडाभोवती फिरते
आयुष्याची घडी!

कुणाला वेड कनकाचे
कुणाला वेड जीवनाचे
कुणाला फक्त प्रेमाचे
कुणाला वेड अश्रूंचे!

या आयुष्यात तूही ये
दोघे प्रेमात विरून जाऊ
काही न उरले तरी
ज्योती पतंग आपण होऊ!

जीवन माझं

जीवन माझं
एक वेडा वारा
आज इथं उद्या तिथं
नाही कुठंही थारा!

जुळतो नि तुटतो
जोडलेला जीव
आहे का हे सारं
सत्य आणि शिव!

काय आहे सत्य
तूच मला सांग
माझ्याच जीवनाचा
न कळे मला थांग!

दे मला उत्तर
नको मानूस राग
फेडीन मी देवा
सारे सारे पांग!

पुनर्जन्म

पुनर्जन्म हे वरदान
की पुनरावृत्तीचे सापळे
पुनर्जन्म झाला तर
घडेल का काही आगळे!

स्वप्नांच्या अतूट धाग्यांचे
विणणार का नियती जाळे
शिकावं लागेल का पुन्हा
स्वप्नांना लावायला टाळे!

भावनाशून्य जग म्हणते
स्वप्नांना वेडे चाळे
स्वप्नांशिवाय हे जीवन
कसे जाईल न कळे!

धरणीमाता

खेळतोस तू हिच्याबरोबर
ही तर आहे माती
विसरू नकोस हिच्याबरोबर
होईल अखेरची युती!

मारतोस तू हिच्यावर
मनसोक्त उड्या
हीच बांधेल तुला
अखेरच्या हातकड्या!

विसरू नकोस हिनेच
दिले अपार प्रेम
खेळता खेळता बांधले
आज उद्याचे बेत!

ही तर आहे
तुझी माझी आई
सीतेला पोटात घेणारी
गायी गीत अंगाई!

पोकळी

नको जाऊस कुठे पळून, टाक पावलं आता जपून
जाऊ नकोस तू दूर, पाठलाग करतील सूर
जीवनातले सूर तुला, घेऊन जातील बरोबर
कुठे नेतील हे तुला, नाही कुणालाही खबर!

सूर्याचे चमकते किरण, आकांक्षांचे निर्मिती प्रांगण
येती अवकाशाच्या पोकळीतून, जाती पोकळीत हरवून
सूर्यकिरणांची वाटचाल ही, की आयुष्याचा हा प्रवास
पोकळीपासून सुरुवात, शेवटही पोकळीच्या जगात!

सारंच आहे आता रिकामं, मनात नाही एकही विचार
काय करावं कळत नाही, पोकळीचा दिसे आविष्कार
कसं काय आलं जीवन, या रिकाम्या पोकळीपर्यंत
वाईट वाटायला हवं का, नाही उरली कसलीही खंत!

कशाची देऊ उपमा याला, सुचत नाही मला
अवनी धावे पोकळीत, सविता युगांच्या दरीत
असाच होणार जर शेवट, का चाललास ही वाट
पोकळीत संपणार वाट, हाच जीवनाचा घाट!

मुखवटे

मनात आलं की कुणी
बांधतात नवीन जग
नवीन मुखवटे लावून
लावती कुणा तगमग !

क्षणात ते होती
जवळच्यांना परके
ओल्याचिंब नयनांची
आर्तता त्यांना न कळे !

डोळे उघडता दिसे
एक वेगळी प्रभात
विव्हळत असते मन
एका वेगळ्या जगात !

असं का व्हावं
व्यथा छळे मनास
दोष कुणा का द्यावा
हा पूर्वसंचिताचा प्रताप !

मुंबईचा पाऊस

मुंबईचा पाऊस असे मुसळधार
क्षणात जायी बुडून बस आणि कार
मोटारींनी गजबजलेला इथला हायवे
तरंगत पाण्यावरती सारी मुंबई धावे!

जमिनीवर वसती गरिबांच्या झोपड्या
पाणी शिरून त्या भिजती बापड्या
तांदूळ, गहू आता भिजून जाती पार
होतो प्रत्येक दिवस, उपासाचा वार!

कोसळणाऱ्या पावसाने, जायी भिंतीला तडा
कोसळत्या भिंतीखाली, निष्पापांचा सडा
कुणी न थांबवू शके, जलदाच्या बळा
साश्रू नयने सोसती, अंतरीच्या कळा!

रस्त्यावरती पडती, जिथे तिथे खड्डे
अपघाताचे हे असती अड्डे
ड्रेनेजचे कुणी पळवे कव्हर
बुडतो त्यात कुणी माजतो कहर!

वाहत्या पाण्याचा जिथे तिथे जथा
मुंबईकरांच्या अश्रूंत झरती व्यथा
जलप्रवाहात बुडे कुणाचा माथा
चित्रवाणीवर अशी सांगती कथा!

पाण्यात अडे लोकल, थांबे प्रवास
बाळांना भेटण्याचा, प्रवाशांचा ध्यास
भुकेलेल्या कष्टाळूंची येथे जमे रास
कनवाळू डबेवाले देती त्यांना घास!

वाहत जातो जीव, पाण्याच्या प्रवाहात
पाण्यात उडी मारून, देतो कुणी हात
माणुसकीची गंगा, असते येथे वाहात
मुंबईकरांचे प्रेम, करी पावसावर मात!

जीवन प्रवाह

जातेय आता हातातली
प्रत्येक गोष्ट पडून
ठेवता येत नाही आता
काहीही मनात दडपून!

सर्व प्रवाह वाहतात
नि संपतात धबधबा होऊन
विचारांचे प्रवाहही संपतात
मनातच मनसुबा होऊन!

कधी चढ कधी उतार
कधी अश्रू कधी बहार
वळणं प्रवाहाची नागमोडी
तळाशी ओलीचिंब खडी!

कितीही यत्न केला तरी
प्रवाह न राही थांबून
प्रवाहाबरोबर जात राहते
जीवनही भरकटून!

धबधब्याच्या तळाशी राहतो
एक झिजलेला पाषाण
तळ्याच्या स्तब्ध पाण्यास
नसते कशाचीही जाण!

सोन्याच्या धारा

कोसळती नभातून सोन्याच्या धारा
जमिनीवर त्यांना न मिळे थारा
जाती त्या जिकडे असेल सहारा
भूमीवरच द्या या जलाला निवारा!

होतं सोनं हे सागरात विलीन
ते साठवण्यासाठी करावं काही नवीन
बांधू या आपण बांध जागोजागी
जलसोन्याची करू या सुगी!

अन्नासाठी देत आहे अन्नदाता प्राण
अश्रू ढाळते हे बघून सप्तरंगी कमान
जलशिवार बांधावे हाच मनी विचार
साठेल पाणी, मिळेल अवनीला आधार!

मधे मधे बांधू या भिंती नि बांध
पाणी झिरपेल तेथेच जमिनीत साठा
होईल मग साकार भरपूर पिकाचे स्वप्न
स्वप्न होईल साध्य, सापडतील नव्या वाटा!

अमर ताल, अमर सूर

नाच नव्हे हा धांगडधिंगा
गिरक्या घेत घालशी पिंगा
ठणठण आवाजाचा नुसता दंगा
भुलेल कुणी न या नकली रंगा!

नाच नव्हे ही सर्कशीची डोली
खिळतील नेत्र बघून कथ्थकली
मंत्रमुग्ध व्हाल बघून भरतनाट्यम
'हेच आहे रे शिवम सुंदरम!'

खिळवी राधेला कृष्णाची बासरी
बैजूची साद ऐकता प्रिया बावरी
दूरदूरून थांबविती राजहंसाचे सूर
वसंतरावांची तान लावते हुरहुर!

सुधीर गातो गीत रामायण
रसिक करिती शतदा पारायण
आशा-लताची कानी गुणगुण
स्वरतालाची सुरम्य रुणझुण!

घे तू यातून काहीतरी बोध
सुरांच्या जादूचा लाव शोध
मृत्यूनंतर अमर भीमसेन
अमर अजून जसा तानसेन!

नाचाला गाण्याला हवी लय
गीत सुरांच्या संगमाचे वलय
करतील याचा सारे अनुनय
गंधर्वाच्या वरांचे मिळेल अभय!

एकाकी प्रवास

स्वप्ने गेली दूरदूर
मागे ठेवून अंधकार
अश्रू कसे लपवू
उरला फक्त हाहाकार!

सारं लपवून ठेवून
घालू कसा मुखवटा
पोहोचलो मी शून्यापाशी
संपल्या इथे साऱ्या वाटा!

उजाडेल असा एक दिवस
संपेल हा एकाकी प्रवास
दुःख संपण्यासाठी लाभेल
स्वर्गातला हवासा निवास!

आयुष्याचे धागेदोरे

माहीत आहे का असा कुणी
आनंदाने भिजलंय ज्याचं अंग
नजर पडते जिथं जिथं
तुटलाय प्रत्येकाचा पतंग !

कुण्या संतानं सांगितलं होतं
दाखवा सुखी माणसाचा सदरा
देवानं लपविलेलं गुपित सांगून
दिला त्यानं सर्वांना हादरा !

प्रत्येक जण खातो टक्केटोणपे
वाट धुक्यातली कधी न सरते
एखादा बसतो असा धक्का
आठवणींत राहतो लपून पक्का !

जग पुढे जातंच राहतं
आठवणींना विसरत राहतं
तरीही करा जगावर प्रेम
द्याल तेवढं मिळेल प्रेम !

रिकामी ओंजळ

प्रत्येक जण असतो
बंदिस्त आपल्या विश्वात
जीवनाच्या वाटचालीची पानं
लपलेली असतात पुस्तकात!

वेळ नाही मिळत
उघडायला ती पानं
मागे राहतं त्यात
हरवलेलं सोनं!

सर्व पानांना त्या
ठेवा तुम्ही जपून
आठवणींची साथ तरी
नाही जाणार हरवून!

सर्वेसर्वा

विहार करा सर्व जण
आपापल्या जगात
जग पुढे जाईल पण
राहा आपापल्या नादात!

काय फरक पडतो
जगात काहीही झालं तरी
आमच्या जगात करतो
आम्ही या दुनियेची वारी!

आम्ही आहोत स्थितप्रज्ञ
नाही आम्ही अनभिज्ञ
आम्हाला वाटतं की
आम्हीच आहोत सर्वज्ञ!

मग कशाला आम्ही
करू कुणाची पर्वा
आम्हीच या जगाचे
आहोत सर्वेसर्वा!

वाटचाल

अडकलोय मी असा काही
भोवती आहे अभेद्य भिंत
पलीकडचे काही दिसत नाही
स्वप्नातच मग्न मी निश्चिंत!

थबकलेत पाय इथेच
पुढे जाता येत नाही
पडल्या गाठी इतक्या घट्ट
एकही सोडवता येत नाही!

वाटतं जातोय मी पुढे पुढे
पण आहे तिथल्या तिथे
चाललोय धुक्यातून धुक्याकडे
दृष्टीआडच्या सृष्टीकडे!

काय आहे पलीकडे
कुणालाही माहीत नाही
न संपणारी ही वाट
संपता संपत नाही!

तुझे आहे तुजपाशी

आयुष्याचा बुद्धिबळ
बदलत राहतो पळ पळ
उंट का चाले तिरपा
अडीच घरं का घोड्याचा टप्पा!

वाटतो हा प्रश्न गहन
नेहमी हरवते उत्तरायण
पट खेळण्यात सारे मग्न
अपुरे पडती सारे यत्न!

फासे पडती कधी बरोबर
तारू जाई किनाऱ्यावर
कधी फासे पडती उलटे
नौका जायी कुठे न कळते

असतं का हे विधिलिखित
उत्तर नाही कुणापाशी
वळून एकदा बघ परत
तुझे आहे तुजपाशी!

भाग ६

नाती हृदयातली

बाळाचे आगमन

चिमुकली पावलं आली घरात
भिरभिरती आईच्या पदरात
दुपट्यात माया नि प्रीत
सोनुली हे आता संगीत!

आली फुलराणी झाली आईला घाई
आतुर आहे ती गाण्यासाठी अंगाई
बाबा तर हर्षानं विहरती ढगावर
खिळली नजर चिमुकल्या चेहऱ्यावर!

प्रेमाचा मिळाला आजीला ताबा
मायेच्या मिठीनं हळवे आजोबा
घेऊन बरोबर पुण्याची पुंजी
आशीर्वाद द्यायला आतुर आजी!

प्रेमानं सारे तुला जवळ घेती
सर्वांच्या नेत्री आनंदाश्रू झरती
स्वप्नांचा संगम हा मायेचा नूर
गुंजावे जीवनी आनंदाचे सूर!

आई

कळत नाही अजून मला असं ती का करत होती?
कुणीतरी सांगेल का खरंच का ती वेडी होती?
अर्धा कप चहा पीत होती कप भरून दूध देत होती
फाटके स्वत: घालत मुलांना नवीन देत होती!

शिळं अन्न स्वत: खाऊन ताजं सर्वांना देत होती
पोटात कळ आली तरी शब्दही काढत नव्हती
सहा आण्यांची राईस प्लेट ती स्वत: खात होती
पै न पै जमवून ठेवून मुलाला औषध देत होती!

आपल्या मुलाचं कौतुक प्रत्येकाला सांगत होती
स्वत:चे डोळे ओले जरी, मुलांचे डोळे पुसत होती
हात तो थरथरत होता पाठीवर मायेनं फिरत होता
हातातून भांडी पडत होती तरीही ती वाढत होती!

असं ती का करत होती? खरंच का ती वेडी होती?
मनी व्यथांची वसती तिला त्यांची पर्वा नव्हती
मायेचं पांघरूण ती सर्वांवर पांघरीत होती
खरंच का ती वेडी होती? ती फक्त आई होती!

पर्वणी

कळ्यांमागुनी कळ्या
उमलली हर्षाची फुले
लाटेमागून आल्या लाटा
उमलले हर्षाचे तळे!

वाहत होता खट्याळ वारा
मधुर स्वप्नांच्या गात बहरा
फुलत होती रातराणी
विखरीत सुगंधाची लेणी!

यौवनाचे स्वागत साही
सर्वांगाची होता लाही
चंद्र चांदण्यांच्या प्रवाही
अनुरागाची सरिता वाही!

विसरून नंतर सारे बंध
धावत आला गंध सुगंध
बाळाने जुळविले अनुबंध
दरवळे प्रीतीचा गंध!

बिलगे जिवा बोबडी वाणी
हव्याशा विळख्याची कहाणी
नयन आनंदाश्रू तारी
वात्सल्याची हीच पंढरी!

जायी जीवन पुढेपुढे
वाजवीत हर्षाचे चौघडे
साथ द्या त्याला क्षणोक्षणी
जीवनाची हीच पर्वणी!

बंधुप्रेम

कळले नाही कुणालाही
का तू राहायचीस मूक
कुणीही बघितली नाही
तुझ्या डोळ्यातली प्रेमाची भूक!

भुलाबाईची गाणी गाताना
मारायच्या मैत्रिणी बाजी
तुझ्याच वाटेला नेहमी यायची
कडू कारल्याची भाजी!

भाऊ चिडवायचे तुला खेळात
मायेची पखरण तुझ्या जगात
सोनियाच्या ताटी उजळून ज्योती
ओवाळीत होती तुझीच प्रीती!

अशी ही माझी ज्योतीताई
बंधुप्रेमाचे गीत गायी
आज असे तिचा वाढदिवस
सोनियाचा दिवस सोनियाचा कळस!

स्नेहबंध

उमलल्या कळ्या बागेतच या
उमलली हर्षाची फुले
लाटेमागून आल्या लाटा
जलबिंदूनी अवनी फुले!

वाहत होता खट्याळ वारा
मधुर स्वप्नांना देत सहारा
फुलत होती रातराणी
प्रीतीची गात गात गाणी!

विसरून एकदा सारे बंध
धावत आला गंध सुगंध
चिमुकल्या पावलांनी केले धुंद
निरागस प्रीतीचा अविरत गंध!

उगवावी अशी एक प्रभात
स्नेहबंधांची व्हावी बरसात
स्नेहबंधांचा होऊन ऋणी
शोधतो मी पुन्हा पर्वणी!

पित्याचे मनोगत

असं मिळावं सासर तुला
आठवण न यावी माहेरची
गुंतून राहावं हृदय सासरी
न घ्यावी भरारी माहेरी!

पायात काटा गेला तर
मिळावा असा हृदयनाथ
तळमळेल जो हृदयात
पावलोपावली देईल साथ!

पावसाने जर भिजली गात्र
सासूबाई धरतील छत्र
मायेने पाठीवर फिरवीत हात
घेतील तुला जवळ आवेगात!

दीर देईल सदा धीर
रक्षण करेल हा वीर
डोके टेकण्यास मामंजींचा खांदा
हीच असू दे सासरची गाथा!

मिळू दे तुला असेच घरपण
सासर नव्हे माहेरचे दर्पण
दर्पणात तू अशी विरावी
माहेरची आठवण न यावी!

नवयुग

दिसे कुठे ना तुळशी वृंदावन
नव्या युगाचे नवे रामायण
आईची आता झाली मम्मा
देवघराचा विरला आत्मा!

ज्योत दिव्याची मंद तेवते
देवघरातील देवापाशी
आमचे आता मस्तक झुकते
धनलक्ष्मीच्या चरणापाशी!

पाठीवर होता पित्याचा हस्त
आज मित्र घालती गस्त
पत्त्यांचा डाव असा रंगतो
आम्ही सारे जग विसरतो!

विरत चालला सर्व घरोबा
नाही कुणाचा कुणावर ताबा
घरात एकटे बसून आजोबा
भगवंताला म्हणती धावा!

भाग ७

प्रेम

खरे प्रेम कसे असते?

खरे प्रेम कसे असते
हे कुणालाही माहीत नसते!

जर प्रेम असेल आंधळे
जग त्यामागे का पळे?

प्रेम जर असेल नाशवंत
सदा ते का राही जिवंत?

प्रेम जर असेल भूल
मन का होते स्मृतीत मश्गूल?

प्रेम जर असेल स्वप्नकथा
का जाळिती विरह व्यथा?

प्रीत पतंगाची खरी
ज्योतीला तो मिठी मारी

काही उरत नसले तरी
प्रेमाला तो अमर करी!

प्रेम कसं असतं?

नजरेला भिडते कधी नजर
मधुर रोमांच फुलती अंगभर
प्रेमाचं स्वप्न नजरेतून फुलतं
तरी असं का म्हणतात, प्रेम आंधळं असतं?

त्याला असेल किंवा नसेल घरदार
तिच्या नजरेतून तोच राजकुमार
नजरेला नजर मिळून हे सारं घडतं
तरी असं का म्हणतात, प्रेम आंधळं असतं?

ती दिसताच त्याला वाटतं, हीच ती अनन्या
हीच असे त्याची परीकथेतील राजकन्या
दृष्टिभेट झाल्यामुळेच प्रीतिपुष्प उमलतं
तरी असं का म्हणतात, प्रेम आंधळं असतं?

तिला वाटतं, तोच जीवनात आणेल बहार
त्यालाही वाटतं, तीच जीवन उजळणार
या डोळस नात्याचा, कधीच होत नसे अस्त
तरी असं का म्हणतात, प्रेम आंधळं असतं?

नजरेला भिडते नजर, संपतं दोघांमधलं अंतर
एकमेकांना साथ देण्याच्या धुंदीत खुलतं अंतर
अंत:करणाच्या मिलनाचं हेच रहस्य असतं
तरी असं का म्हणतात, प्रेम आंधळं असतं?

एकमेकांच्या डोळ्यात त्यांना जग दिसतं
त्याशिवाय दुसरं काहीच दिसत नसतं
म्हणूनच म्हणतात, प्रेम आंधळं असतं!
आंधळ नसेल, तर ते प्रेमच नसतं!

प्रेमाचं इंद्रधनुष्य

असं का विचारता मला
केलंस का तू कुणावर प्रेम?
प्रेम सागरात पोहावं आपण
हाच आहे नियतीचा नेम!

असतं सर्वांच्याभोवती
प्रेमाचं अदृश्य वलय
दु:खाच्या वर्षावातही
प्रेमच देत असतं अभय!

प्रेमाशिवाय सर्वांना
असतं का काही हवं?
प्रेमामागेच धावत असतं
सर्वांचं तृषार्त हृदय!

प्रेम कोण करत नाही?
प्रेमाशिवाय कुणी जगत नाही
प्रेम सर्वांनीच केलेलं असतं
म्हणूनच जग चालत असतं!

विखुरलंय विधात्यानं विश्वात
प्रेम, प्रेम आणि प्रेम
घ्या आणि द्या सर्वांना
जीवनाचं होईल हेम!

प्रेमाची सप्तरंगी कमान
ऋणानुबंधांचा प्राण
हिच्या सान्निध्यात जगण्यासाठी
टाकावा सर्वांनी जीव गहाण!

प्रेमाची धुंदी

हीच असे ती अबोल भाषा
नजरभेटीतच फुले अभिलाषा
घेई आकर्षण उंच भरारी
सागर धरती नभात विहरी!

असतं मन पूर्वी शांत
प्रेमात ते होते भ्रांत
नभ धरतीचं मिलन होतं
मन मग नाचत सुटतं!

ओलीचिंब होते धरती
सूर्यकिरणही नाचत सुटती
गिरकी घेत स्वत:भोवती
साद प्रतिसाद नर्तन करिती!

हर्षाला अशी येई भरती
लैला मजनूची स्वप्ने जगती
नाचती राधा कृष्णाच्या मूर्ती
अंधारातही सूर्य तळपती!

भाव दाटती मनी अनामिक
एकमेकांचे ते होती आशिक
सहजीवनाचे उमले माणिक
प्रसवे मोहक मंगलाष्टक!

फक्त तुझ्यासाठी

प्रत्येक शब्द नि प्रत्येक कविता
आहे तुझ्यावर नि तुझ्यासाठी
तुझ्यासाठीच वाहते शब्दसरिता
तुझ्याबरोबर बांधतो रेशीमगाठी!

लिहितो तुझ्यासाठीच चारोळ्या
कळतील तुलाच आर्त आरोळ्या
वाटल्या जरी वेगवेगळ्या
आर्त व्यथा संगती सगळ्या!

काही असती कोपरखळ्या
काही रानात विरणारे टाहो
सुगंध देतील गुलाबी कळ्या
काट्यांचा दर्द मनी न राहो!

शब्द तुला बोचले तर
क्षमा कर मला शमा
एक अश्रू ढळला तरी
बुडून जाईल त्यात परवाना!

अंतर

कधीतरी एकदा चुकून
झाला ओझरता स्पर्श
रोमांच आले फुलून
कळला पहिल्यांदा हर्ष!

चाललीस तू बरोबर
दूर अंतर ठेवून
चाललो मीही बरोबर
अंतर तुला अर्पून!

बांधत राहिलो मी
हवेत रुपेरी इमले
कळले नाही तुला
भाव शब्दांपलीकडले!

वाटलं विचारावं तुला
चालशील का सप्तपदी
शब्द थबकले ओठांवर
थांबली जीवनाची नांदी!

मनात लपलेलं गुपित
सांगू न शकलो तुला
आयुष्य संपलं तरी
राहिलो मी तहानलेला!

जर या ओळींवर
पडली तुझी नजर
पुढल्या जन्मी जिवलगा
संपव जीवघेणं अंतर!

हरवलेल्या स्वप्नफुलास

आठवतं का कधी एकदा
हात तुझा होता हातात
भर दुपारच्या उन्हात
फुलायचा पारिजात!

तुझ्या नजरेच्या धनुतून
मारलेस तू अनेक बाण
वाटला फुलांचा वर्षाव
तूच होती माझा प्राण!

प्रीतीच्या स्वप्नविश्वात
तूच तू माझ्या मनात
विसरू कसा मी तुला
जीव गुंतला तुझ्यात!

जुळली हृदये सूरही जुळले
भवितव्याचे स्वप्नही रंगले
बंध रेशमाचे परी तुटले
आयुष्याचे सूर हरवले!

तू जवळ असली की साजणी
दिवसा फुलायची रातराणी
आता मात्र आठवणींनी
येत राहते नयनी पाणी!

कालचक्र असं फिरावं
काहीतरी वेगळं घडावं
हातात हात येऊन फुला
तू जीवनसाथी व्हावं!

अर्थ

असं काहीतरी होणार आहे
हे माहीत होतं कुणाला
इतकं निष्पापपणे सांगितलंस तू
अर्थ न कळला मला!

तुझ्या एका नजरभेटीसाठी
एका स्मिताच्या क्षणासाठी
जीव झाला होता कासावीस
मनातच राहिलं प्रीतीचं मोरपीस!

कळेल का स्वप्नफुला
मुक्या मनाचं हे आक्रंदन
अजून तुझ्या आठवणीला
परिक्रमा घालतंय हे वेडं मन!

कॉम्प्युटर आणि प्रेम

जन्म झाला कॉम्प्युटरचा
मानवाच्या प्रगतीसाठी
कॉम्प्युटरच्या डेक्सटॉपवरती
होती प्रेमिकांच्या गाठीभेटी!

याहू म्हणत ई-मेलवरती
प्रेमिक संभाषण करती
फेसबुकच्या फलकावरती
एकमेका जवळून बघती!

कधी ते साथी शोधती
उघडून 'शादी.कॉम'
आईवडील म्हणती
'राम राम राम!'

'घाबरू नका' मुले सांगती
'हेच आमचे काम!'
अशाने सर्व सुखी होती
बघा 'आस्क.कॉम'!

ही कशी मानवाची प्रगती
ही तर आहे अधोगती
प्रेमिक जेव्हा एकमेका भेटती
प्रीतीची खरी येई प्रचिती!

रीत जरी ही जुनी वाटली
जागवी ही उत्कट प्रीती
लैलामजनूची हीच गती
जागवा पुन्हा पुराण्या रिती!

मनोगत

चंद्रसुद्धा होईल स्तब्ध
फुलेसुद्धा होतील मुग्ध
तुझ्याकडे बघून जिवलगा
कवीसुद्धा होतील नि:शब्द!

असा तुझा आहे चेहरा
सौंदर्याचा जणू फुलोरा
जिथे तू नसते दिलवरा
असे तिथे अंधार सारा!

तुला बघण्यासाठी देवदूत
येतील अवनीवर उतरून
नुसतं ओझरतं हसून
टाकते तू हृदये तुडवून!

प्रेमाच्या गुलाबी जगती
प्रेमाधनाची तू धनवंती
देवानं स्वर्ग दिला तरी
मागीन मी तुझीच प्रीती!

ताजमहाल – एक संगमरवरी स्वप्न

हे आहे प्रेमाचं
संगमरवरी स्वप्न
की आकाशातून उतरलेलं
अवनीवरील जश्न!

शहाजहाननं निर्मिलेली
मुमताजची ही स्मृती
अंत नसलेल्या प्रेमाची
आहे ही अनुभूती!

अमर प्रीतीची ही मूर्ती
स्वप्नांची करी स्वप्नपूर्ती
हिच्या सौंदर्यांची कीर्ती
देई प्रेमिकांना स्फूर्ती!

अत्युच्च आनंदाचा
आहे हा आविष्कार
असं वाटतं पुन्हा पुन्हा
व्हावा याचा दीदार!

ताजचं सौंदर्य बघून
झालो मी नतमस्तक
या मंतरलेल्या क्षणी
यावं माझ्यासाठी पुष्पक!

प्रतीक्षेत

वाट मी आहे बघत
केव्हा तू येशील धावत
आवेगाने हात पसरून
मिठीत घेशील मला गुंतवून !

बागेतून फिरता फिरता
गुलाबाचं फूल होशील
प्रभात उजाडत असता
उषेचा किरण होशील !

रखरखत्या उन्हातसुद्धा
शीतल गारवा देशील
दिवस मावळल्यावरसुद्धा
चांदण्यांचा प्रकाश देशील !

नजरेत नजर मिळवून
प्रीतीचा वर्षाव करशील
सांगशील बेसावध क्षणी
राजा मी तुझीच राणी !

त्या क्षणाच्या प्रतीक्षेत
माझा जीव अडकला आहे
खरं सांगू तुला मी
तूच माझा प्राण आहे !

स्वप्नफुलाच्या स्वागतात

वसंता धावत ये रे
माझं स्वप्नफूल आज येणार
कोसळू दे प्रेमाच्या धारा
तृषार्ताला पाणी मिळणार!

गुलाबा फुलून ये रे
माझं स्वप्नफूल आज येणार
उमलू दे पाकळ्यांचा पिसारा
प्रेमाचा गुलमोहर फुलणार!

वरुण राजा धावत ये रे
माझं स्वप्नफूल आज येणार
उसळू दे प्रीतीच्या लाटा
सागर धरतीचं मिलन होणार!

कोकिळा गात ये रे
माझं स्वप्नफूल आज येणार
कुहुकुहुच्या मधुर स्वरांनी
गंधर्वनगरी इथे अवतरणार!

नक्षत्रांचे दिवे लागू दे रे
माझं स्वप्नफूल आज येणार
उजळू दे प्रकाशाने वसुंधरा
अंधकाराचा अंत होणार!

नजरभेट

आठवण अजुनी जागी
पहिल्या नजरभेटीची
अजून आहे अभागी
नजर तुझ्या चेहऱ्यावरची!

बघत राहिलो मी
टक लावून तुझ्याकडे
जाणीव तुला नव्हती
चोरले हृदय तू भाबडे!

जेव्हा तुला बघितलं
चुकला हृदयाचा ठोका
जेव्हा तुझ्याशी बोललो
आला आनंदाचा झोका!

तू फक्त हसत होतीस
हृदय माझं तुडवत होतीस
हृदय होतं तुझंच घर
पूजा करी तुझी निरंतर!

सांगितलंस तू एक बोट धर
'लव्ह लाइक हेट अडॉर
धिस इज टोटली अनफेअर'
कळेल का नशिबाची लहर!

पाहिलं मी तुझ्या डोळ्यांत
आणि कळलं एका क्षणात
क्रूर नियतीनं दिलं उत्तर
हवं ते नव्हतं त्या बोटावर!

स्वप्नविहार

मी एक राजा तू एक राणी
स्वप्नफुला ही आपुली कहाणी!

रिमझिम रिमझिम होईल वर्षा
तुझ्या नि माझ्या फुलवीत हर्षा
कोकीळ गाईल कुहु वसंतात
लपलीस तू माझ्या हृदयात!

खेळतील अंगणी चंद्र नि तारे
वाहतील धुंद नि शीतल वारे
होऊन आपण मुग्ध पाखरे
विहरू या नभी होऊन बावरे!

बांधू या घर नवीन सुंदर
खेळेल जिथे वसंत निरंतर
राजकुमार नि राजकुमारी
खेळतील अंगणी घेत भरारी!

धावत राहू त्यांच्यामागे
अधरी तुझ्या अंगाई जागे
पुन्हा पुन्हा ही गाते वाणी
मी एक राजा तू एक राणी!

नववर्षाची भेट

नववर्ष उजाडतंय
काय द्यावी तुला भेट?
सांग तू मला कानात
तुझ्या मनातली मेख!

काहीतरी देण्याघेण्याची
नको वाटे व्यापारी रीत
जपून ठेवली तुझ्यासाठी
या जगातली सारी प्रीत!

असं द्यावं तुला काही
तुझ्या ओठी व्हावी खूण
खुणेतून त्या जन्मा यावं
कधीही न फिटणारं ऋण!

तुझ्या माझ्या अनुबंधांच्या
अशा काही पडाव्या गाठी
पुन्हा सप्तपदी चालायची
आस उमलावी मिटल्या ओठी!

नववर्षाची ही काव्यभेट
सांग तू स्वीकारशील का?
शिंपीत सदा शीतल छाया
साथ मला तू देशील का?

आभास

नजरेला भिडली नजर
डोळ्यांनी बोलता येतं का?
हृदयात लपलेला दर्द
नजरेने सांगता येतो का?

कुणाच्या तरी नजरेला
भिडली होती ही नजर
दर्द जरी कळला तरी
उमगला नाही तो मला!

घटका गेली पळे गेली
अन् नजरेचा अर्थ कळला
साद अंतरी राहिली
रेशीमगाठीचा धागा तुटला!

उरला नंतर फक्त आभास
आभासातही होता हर्ष
आभासात मी अजूनही जगतो
पण जागा राहतो वर्षांनुवर्ष!

जीवन पाहिले मी

नजरेला भिडली नजर अन् दिवास्वप्न पाहिले मी
खिळून राहिली नजर अन् फुले पाहिली मी!

श्रावणातल्या मखमालीवर फुलराणी पाहिली मी
शिशिराच्या पानझडीत तृष्णा पाहिली मी!

अंतरंगातून अवतरणारा स्वर ऐकला मी
संगीताच्या मैफीलीत हुंदका ऐकला मी!

भरलेल्या जलाशयांत पाषाण पाहिला मी
गुलाबाच्या ताटव्यात काटा पाहिला मी!

निर्व्याज प्रेमाचा आवेग पाहिला मी
भंगलेल्या स्वप्नांचा उद्वेग पाहिला मी!

नजरेला भिडलेल्या नजरेचा अंत पाहिला मी
डोळ्यांतील अश्रूंतही जीवन पाहिले मी!

कथा कुणाची व्यथा कुणा

सांगतोय मी माझी कहाणी
तुझ्या डोळ्यांत का येतंय पाणी ?

पेटलीय आग माझ्या मनात
चटका का तुझ्या हृदयात ?

लपलंय दु:ख माझ्या मनात
अश्रू का तुझ्या डोळ्यांत ?

गाते हृदय तुझ्यासाठी गाणी
तुझे अश्रू त्याचं करिती पाणी !

जातोय मी जिवलगा दूर
संपन्न करो तुला सनईचे सूर !

देवाकडे मागतो एकच वर
पेर सुख तुझ्या आयुष्यभर !

बंधन

तुझ्या डोळ्यांत होता
दळवळणारा सुगंध
प्रेमाला प्रेमच राहू दे
नको नात्यांचा बंध

बंधात बांधून न घेता
मुक्तपणे विहरावं
प्रेमसागरात दिनरात
सारखं पोहत राहावं

उडणाऱ्या पाखरांना
हवं मोकळं आकाश
चुकामूक झाली तर
हवे बांधणारे पाश!

चालू या आपण
बरोबरच सप्तपदी
बंधनातच करू
आनंदाला बंदी!

संदेश

तू काय म्हणालीस
चांगलंच आठवतंय मला
मर्मबंधातली ठेव ही
सांगू कसा कुणाला!

शब्द पडले कानांवरती
थांबला तेथे त्यांचा प्रवास
अन् अर्ध्यांच राहिली माझी
जन्मजन्मांतरीची आस!

जर कधीतरी आले
हे शब्द तुझ्या कानी
सांगते तुला वाणी
गुपित लपलेले मनी!

चुकांच्या चक्रव्यूहात
हरवली माझी वाट
तुझ्या एका नजरेने
शमेल वेदनांची लाट!

होणार असं काही
ठाऊक नव्हतं मला
सांगू कसं मी तुला
ओठ शिवून जगतो मी फुला!

प्रेम

सांगितलं होतं का कुणी
प्रेम कर म्हणून
प्रेम 'करता' येत नाही
जातं ते आपोआप घडून!

नजरेला भिडते नजर
देतं हृदय आण
तिथंच अडकून राहतात
तिचे नि त्याचे प्राण!

असा हा खुळा व्यापार
नसतो आपल्या हातात
हे तर घडतं हळुवार
लपत नाही मनात!

थांबतं सारं आयुष्य
या एकाच वळणावर
वळणही इथेच थबकतं
चुकामूक झाली तर!

आण

एकदा तरी सांगशील का
का गेलीस तू दूर
काय चुकलं माझं प्रिये
वाहतो अश्रूंचा पूर!

अजून माझ्या स्वप्नात
दिसते तुझीच मूर्ती
तू नसलीस तर जिवलगा
अपुरी राहील स्वप्नपूर्ती!

अजूनही प्रत्येक पळ
करतोय तुझाच पाठलाग
तू हरवलीस नि हरवला
जीवनातला सारा अनुराग!

कुठंही शोधलं तरी
तुझ्यासारखी दिसे न कुणी
तुझे बिंब मनात ठेवून
पालथी घालतोय मी धरणी!

सांगतो मी जिवलगा
माझ्या प्रीतीचा बाण
खेचून परत आणेल तुला
विश्वकर्म्याला माझी आण!

पहाट

का तू करतोस बाता
नको करू तू कविता
स्वप्नांशी खेळता खेळता
नको जागवू आर्तता!

उतर धरेवर आता
नको विहार खोटा
उष:काल उजळता
सापडतील वाटा!

तुला नाही माहीत
प्रेम काय असतं
खुळ्या यौवनातलं
बेभान नृत्य असतं!

नृत्य करता करता
लागतो कधी धक्का
विसरून जाण्याचा
शोध मार्ग पक्का!

जग आहे सुंदर
झालं गेलं विसर
येणाऱ्या पहाटेला
मुक्त वंदन कर!

सहज सुचलं म्हणून

खोटं का सांगतोस सर्वांना
लिहितो मी सहज सुचलं म्हणून
हे लिखाण तर आहे
मर्मातल्या बंधांची खूण!

वाट्याला आलं कधी
मुक्त हास्य खळखळून
कधी गालावर उमटली
ओल्याचिंब अश्रूंची खूण!

दिलं होतं विधात्यानं
खरंच आकाश फाडून
चुकलेलं एक निमिष
राहिलंय मनी घर करून!

सुहृदांनी दिलं होतं
सर्वकाही जीव तोडून
त्यांच्या आठवणीत अजून
मन येते गदगदून!

कधी चिंब पावसाचा वर्षाव
कधी मिळालं रखरखीत ऊन
ऊन पावसाच्या आठवणींनी
ऊर येत राहतो भरून!

नाही लिहिलं मी हे
सहज सुचलं म्हणून
ही खरंच आहे
लपलेल्या मर्मबंधांची खूण!

मनसुबे

तेच तेच शब्द
त्याच त्याच ओळी
त्याच त्याच भावना
लेखणी घेई जवळी!

जवळ गेलं तर
आठवणींची काजळी
दूर राहिलं तर
होते हृदयाची होळी!

नको वाटतो हा
लपाछपीचा खेळ
जवळ यावी वाटतं
निरोपाची वेळ!

तुझे माझे अनुबंध
होते घट्ट गुंफलेले
यावे पुन्हा परत
ते दिवस मंतरलेले!

संपवून जीवघेणं अंतर
जाऊ या आपण बरोबर
स्वर्गात बांधू आपण
घर स्वर्गाहून सुंदर!

भगवंतास

का तू मला दिलंस
प्रेम आकाश फाडून
घ्यायचंच होतं परत
तर काय मिळवलंस देऊन?

राहू का नाही दिलंस
तिला पापणीच्या घरट्यात?
युगायुगांतून मिळत असतं
असं प्रेम जगतात!

धरती मिळे आकाशाला
दूर दूर क्षितिजापाशी
मीही भेटेन स्वप्नफुलाला
तुझ्या स्वर्गाच्या दारापाशी!

हौस फिटली नसेल तर
कर तोही दरवाजा बंद
मला अश्वत्थामा कर
नि पुरा कर तुझा छंद!

भटकत राहीन तिला शोधत
अश्वत्थामा होऊन रात्रंदिन
असा उजाडेल एक दिन
तिला मी नक्कीच शोधीन!

खळी

बघुनी गालावरची खळी
क्षणात गेला माझा बळी
खळी नव्हे ही गुलाबकळी
हरवले मन हिच्या परिमळी!

वसंत येता कोकीळ गाते
कुहुकुहुचे संगीत झुलते
खळीने आसमंत फुलते
खळीविना गालबोट लागते!

खळीचा त्या सदैव अनुराग
करे मन तिचा पाठलाग
खळी अशी जवळी यावी
प्रीतिसाधनेची पूर्तता व्हावी!

खळी मनाला भुलवी निरंतर
व्हावे खळीशी मिलन सुंदर
तरीही असावे थोडे अंतर
अंतरात या प्रीतीचे मंदिर!

खळी ही प्रेमाची पाकळी
इथे गुंतते नजरेची साखळी
आठवतो मी तिला परोपरी
तिची आठवण भरे ओंजळी!

जिवलगा

सांग तू का गेलीस
मला एकट्याला सोडून
गेलीस तर गेलीस
माझे हृदय घेऊन!

जाळतेय मला सारखी
फक्त तुझीच आठवण
रात्रंदिवस छळती मला
तुझ्याबरोबरचे क्षण!

जाताना इतक्या दूरवर
का नाही नेलंस मला बरोबर
तुला अंतर द्यायला क्षणभर
नाही तयार माझं अंतर!

सांगती तुला हे नयन
गुंतलंय तुझ्यात हे मन
तुला भेटायला येईन मी
आकाश पाताळ एक करीन मी!

हरवलेल्या व्हॅलेंटाईनला

आठवतं का स्वप्नफुला
तूच होतीस व्हॅलेंटाईन
सभोवतालच्या अंधारात
तूच होतीस सनशाईन!

आठवतं का स्वप्नफुला
तू विधात्याची वैजयंती
प्रेमधन लपविणारी
तूच होतीस धनवंती!

हरित मखमालीवरची
फुलराणी तू होऊन राहा
नीलनभाच्या रांगोळीतली
चांदणी तू होऊन राहा!

गुलाबाच्या ताटव्यातला
सुगंध तू होऊन राहा
मनांच्या मिलनाचा
अनुबंध तू होऊन राहा!

सुखसागराच्या लाटांवर
आनंद तू खुलवीत राहा
जीवनाच्या चढउतारावर
वसंत तू फुलवीत राहा!

निळ्या नभातल्या चंद्राचा
किरण तू होऊन राहा
हिरवे गालिचे अंथरणारा
श्रावण तू होऊन राहा!

प्रीतीच्या कोंदणात
असशील तेथे सुखी राहा
हरवलेल्या स्वप्नफुला
हसत राहा, हसत राहा!

राहा जरा जपून

नको जाऊस कुठेही अशी नटूनथटून
चळेल कुणीही तुला फक्त एकदाच बघून
सांगतोय मी तुला माझ्या अनुभवावरून
दृष्ट लागेल कुणाची राहा जरा जपून!

नजर तुझी करते सौंदर्याची वृष्टी
तुझं अनुपम सौंदर्य हीच सर्वांची सृष्टी
खिळते तुझ्या चेहऱ्यावर प्रत्येकाची दृष्टी
ऐक माझा सल्ला होऊ नकोस कष्टी
एकच गोष्ट सांगतो तुला मनापासून
दृष्ट लागेल कुणाची राहा जरा जपून!

इकडे तिकडे बघत होऊ नकोस बावरी
तूच माझ्या मनातली आहे एकच परी
नटण्या थटण्याची नाही तुला जरुरी
आरशात बघू नकोस भीती वाटे अंतरी
आरशाची नजर राहील तुझ्यावरच खिळून
दृष्ट लागेल कुणाची राहा जरा जपून!

उधळलाय गालावर रंग लाल लाल

नजरेच्या धनूतून मारतेस तू बाण

घायाळ होती सारे तुला नाही जाण

भीती वाटते तुला नेईल कुणी पळवून

दृष्ट लागेल कुणाची राहा जरा जपून!

माझ्या लाडक्या फुला सांगतो तुला स्पष्ट

नटूनथटून जाण्याचे करू नकोस कष्ट

तुला बघून कुणाचीही मती होईल भ्रष्ट

देवानी तुला बघितलं तर लागेल त्याची दृष्ट

नटूनथटून गेलीस तर देवही जाईल भुलून

दृष्ट लागेल देवाची राहा जरा जपून!!

व्हॅलेंटाईनला मेसेज

तुझी प्रत्येक नजर
मनात करते घर
तुझं प्रत्येक स्पंदन
आहे आरती गुंजन!

तुझा प्रत्येक श्वास
चांदण्यांचा आभास
तुझं प्रत्येक गीत
माझ्या जीवनाचं संगीत!

आठवणींच्या विश्वात
मन रमते दिनरात
तुझा प्रत्येक बर्थ डे
म्हणजे माझा व्हॅलेंटाईन डे!

मुशाफिरा

येऊन येथे मुशाफिरा, प्रीतीला दे अर्थ जरा
संपवून साऱ्या अंतरा, नात्यांना दे अर्थ खरा
प्रतीक्षेत व्याकूळ मी, येरे येरे मुशाफिरा!

झुळझुळ वाहणाऱ्या नहरा, सादेचा अर्थ गहरा
दिनरातीच्या प्रहरा, सादेला दे प्रतिसाद जरा
प्रतीक्षेत व्याकूळ मी, येरे येरे मुशाफिरा!

गीत प्रीतीचे जाईल हरवून, पथिका ये, घे मने जुळवून
प्रतिसाद दे आर्त सुरा, मिलनाने खुलू दे वसुंधरा
प्रतीक्षेत व्याकूळ मी, येरे येरे मुशाफिरा!

चंद्र चांदण्या फुलविती बहरा, रातराणीचा गंध सुनहरा
धुंद शीतल वाहतो वारा, लपलास कुठे जिवलगा भ्रमरा
प्रतीक्षेत व्याकूळ मी, येरे येरे मुशाफिरा!

दिवस सरला सरे ना रात्र, तहानले रे हृदय नि गात्र
धावत धावत ये दिलवरा, अधराला दे अधराच्या आधारा
प्रतीक्षेत व्याकूळ मी, येरे येरे मुशाफिरा!

प्रीत पतंगाची अर्धी

नजरेने जणू विणले धागे
गुलाबी स्वप्ने उमलली बागे
फुलांमध्येही रुतावे काटे
विधिलिखित हेची ललाटे

भेट परी राहिली अर्धी
स्वप्नसृष्टी राहिली अर्धी
अधरांची तहान अर्धी
रेशमाची गुंफण अर्धी!

नजरभेटीची मैफील अर्धी
प्रीत रुसव्याची नाती अर्धी
ऊन-पावसाची खेळी अर्धी
धुंद वचनांची पूर्ती अर्धी!

चांदण्यांची रांगोळी अर्धी
रातराणीची प्रीती अर्धी
मर्मबंधातली तृष्णा अर्धी
प्रीत पतंगाची राही अर्धी!

प्राक्तन

भिजवतंय पाणी नयनाला
कवितेच्याही नयनी ओली
हसवण्या सर्व जगाला
कशी बदलू ओघळती बोली?

स्वप्न संपले शिल्प हरवले
अश्रू बघून प्राक्तन हसले
संपेल आज येईल उद्या
वाहतील हर्षाच्या नद्या!

कधीतरी संपेल ही निशा
सापडावी आता नवी दिशा
अंधकार घालवेल उषा
स्वप्न की ही अंध आशा?

नसे आशा नसे निराशा
आता उरली फक्त पोकळी
पतंगाची झेप ज्योतीवरती
प्राक्तन हे प्रीतीच्या भाळी

संध्याकाळ

आलाय आता असा काळ
आला आज संपली काल
मनी नाही उरले स्वप्न
अनुत्तरित जरी प्रश्न!

स्वप्नांची ना धुंद निशा
संपली प्रीतीचीही तृषा
नुरली जाण दिसेना दिशा
अंतर्धान साऱ्या अभिलाषा!

लुप्त जाहल्या स्मितरेषा
स्मृतींनी गुंडाळला गाशा
नाही आशा नाही निराशा
उगवली आता निशा!

खरं होतं का जीवन
की कल्पनांचे मिलन
विरतील सूर विरतील गाणी
धुक्यात हरवेल प्रेम कहाणी

ऋण

लपवून ठेवू नकोस
भावनांची रुणझुण
खरंतर तुझी कविता आहे
लपलेल्या मर्मबंधातली खूण!

काय मिळणार आहे तुला
बंध मनात लपवून
मागे ठेवून जाऊ नकोस
हरवलेल्या स्वप्नफुलाचे ऋण!

दुःखाला नेहमी आवर
संयमाचा बांध बांधून
नको कुणास अश्रू वाटूस
नयना सांगे राजा वरुण!

विसर सर्व आठवणी
सांगे नियती निक्षून
विस्मृतीला मार मिठी
जळू नकोस पतंग होऊन!

उमंग

लपवून ठेवलीय मनात सल
करू नको कधी हिची उकल!

कितीही जरी झाली चलबिचल
मर्मबंध राहू दे मनातच अविचल
हसऱ्या मुखवट्याला नको बगल
तरच राहील तुझे विश्व मंगल!

बांधला होता स्वप्नांचा महल
स्वप्नसृष्टी ती होती तरल
सप्तरंगी धनूची सहल
की ती शायरची गझल!

नुरली ज्योत नुरला पतंग
आठवणींचा आता वाजे मृदंग
विसर तू स्मृतीचे तरंग
मगच सापडेल नवीन उमंग!

गुपित

काही काही गोष्टी
लपवायच्या असतात मनात
उघडली जर सृष्टी
होईल कुणावर आघात!

मर्मबंधातली ठेव
राहू दे तू बंधात
दिलीस जर मोकळीक
होईल विश्वासाचा घात!

ती आणि तू
आहात अजूनही एक
एकच हृदय राहू दे
हाच गौप्य संकेत!

हरवलेले जग

का मी थांबू येथे?
हरवत राहणाऱ्या जगासाठी
नकोय मला आता
मुखवट्याशी गाठीभेटी!

इथेच मी बांधल्या होत्या
गुलाबी स्वप्नांच्या बागा
गात गात वसंत रागा
स्वप्नसृष्टीचा विणला धागा!

स्वप्नांमागून स्वप्ने आली
गीत प्रीतीचे देऊन गेली
खुलली गालावर लाली
आवर्तन झोपाळ्याचे वरखाली!

काय जाहले सांग पुढे
नको घेऊस आढेवेढे
होती ती व्हॅलेंटाईन
प्रत्येक क्षणाची सनशाईन!

सनशाईनने दिला प्रकाश
आठवणींचा आता प्रवास
व्हॅलेंटाईन डेला सांगू का कथा
की मनात लपवू साऱ्या व्यथा?

तृष्णा

जीवनात फक्त एकदा
करतं कुणीतरी कुणावर प्रेम
त्या स्वप्नातच तो जगतो
त्या स्वप्नातच तो मरतो!

येतात दिवस जातात दिवस
प्रेम कधीच नसतं संपत
रात्र राहते रेंगाळत रेंगाळत
प्रेम राहते मनात वसत!

तरीही तो असतो जगत
शून्याभोवती असतो फिरत
डोळे उघडे असले तरी
नसतं त्याला काही दिसत!

चाचपडत तो चालत राहतो
तृषार्त तो पाणी शोधतो
वाट जात राहते पुढे पुढे
धुक्यातून धुक्याकडे!

आठवण

आकाशात फिरती चंद्र आणि तारे
प्रकाशवर्षे जाणती दूरदूरची अंतरे
धरणीवरही वाहती गंध धुंद वारे
सौंदर्याची ही गणती नसती हे सोयरे!

जीवन आहे इथेच धरतीच्या कलशात
धरतीवरच खुलेल सुगंधाचा पारिजात
शोधू नकोस पळवाट धावत कल्पनांच्या मागे
धुक्यातच संपली वाट धुकेच राहिले मागे!

सांगू नकोस कुणाला लिहितो सहज म्हणून
परीकथेतल्या राजकन्येला पूजतो तू अजून
जरी वाटलं तुला नाही कुणा कुणकुण
लपून कसा राहील मर्मबंधाताला अरुण!

अरुणोदय होताच, जागे मनी खळबळ
हृदय ठेवलंय गहाण, जागे अजून कळकळ
आठवू नकोस आता, हरवलेल्या बागा
संपवू नकोस प्रेमिका, हा संपलेला धागा!

येशील का तू मुशाफिरा ?

येशील का तू मुशाफिरा
अधीर कुणी तव आधारा
थांबलंय कुणी दे रे निवारा
फुलव प्रीतीच्या मधुर बहरा !

नको मला हा शीतल वारा
सहवास तुझा मजला प्यारा
आंधळ्या तमात दे रे सहारा
वर्षू दे प्रीतीच्या अविरत धारा !

रातराणी ही खुलवी अंतरा
सुगंधात न्हाली धुंद वसुंधरा
जाणून घेशील का मम अंतरा
जवळ मला तू घे रे भ्रमरा !

तृषार्त व्याकूळ आर्त अधरा
हवा योग आता दुग्धशर्करा
मिठीत होऊ दे कळा जरा
येऊ दे या तनूवर शहारा !

धावत ये या उत्तर प्रहरा
एकरूप होऊ दे नजरा
संपवून निर्गम अंतरा
येशील कधी रे मुशाफिरा ?

तृषार्त

कविता लिहितो मी
आठवणी असह्य झाल्या की
हृदय होतं मोकळं
काहीच राहत नाही बाकी!

असं का होतं
वर्षं निघून गेल्यावर
वाटलं सारं संपलं
आठवण का छळे निरंतर!

कुठंही बघितलं तरी
तीच छबी नजरेसमोर
कुठं हरवली ती परी
होईल का नजरानजर?

अजून असंभव स्वप्नामध्ये
रातराणी गं गाली हसते
परीकथेतल्या स्वप्नफुलाला
तृषार्त मन हे शोधीत असते!

आठवणी

काय मिळवलंस तू
जिवापाड प्रेम करून
सोसवत नाही आठवणी
का त्या जात नाहीत विरून?

एकच गोष्ट लक्षात ठेव
असं प्रेम येतं थोड्यांच्या वाटेला
प्रणाम करतील सारे
अशा अमर्याद भाग्याला!

नाव जाईल विरहाची
जीवन प्रवाहात तरून
उरणार नाही मागे
कसलीही खूण!

अशा एकाकी जीवनाला
नाही काहीच अर्थ
प्रेमाशिवाय जीवन
आहे सारे व्यर्थ!

एकदा तरी जिवलगा
भेटायला ये जमिनीवर
नाहीतर तुला भेटायला
येईन मी स्वर्गात लवकर!

जीवन संगीत

जेथे जेथे तू जाशील
तीच असेल माझी मैफील
तुझ्याशिवाय स्वप्नातही
नको मला एकही गीत!

जेथे जेथे तू असशील
असेन मी तुझ्याबरोबर
माझं हृदय तुला जिवलगा
देणार नाही कधीही अंतर!

दु:ख तुझं दे मला
माझं सुख घे तुला
तुझ्या चेहऱ्यावरचं स्मित
हेच माझं जीवन संगीत!

नको जाऊस तू दूर
तुझ्यासाठी मी आतुर
मिलनाची आशा मधुर
वाजू दे सनईचे सूर!

प्रीत

कसा राहू मी चूप
संपली आहे सारी कहाणी
झरताहेत शब्द लेखणीतून
कशी थांबवू आवेगाची धून !

नाही ही माझ्या वेदनेची खूण
फेडतोय मी जिवलगा तुझंच ऋण
एक दिवस असा उगवेल अरुण
रात्र नि दिवस होतील तरुण !

ऋणानुबंधांच्या अतूट या गाठी
तुझ्याभोवती आठवणींची मिठी
स्वप्नातल्या स्वप्नांची गाथा मोठी
मिलनाच्या स्वप्नांची आस मोठी !

तुझ्या हृदयात आहे माझा जीव
तुझ्यावर प्रेम हे सत्य नि शिव
ग्रीष्मातही अवतरेल तुझ्यासाठी वसंत
थांबेन मी जगाच्या अंतापर्यंत !

घायाळ

आठवतो मला अजून
तुझ्या नजरेचा धनू
बाणांनी घायाळ मी
कळवळे मन नि तनू!

असं वाटायचं की तुझ्या
भाळी करावी खूण
दुर्भाग्य आडवं आलं
शिवले ओठ दाती तृण!

माहीत होतं कुणाला
शिवावं लागेल ओठांना
प्रेम मनात लपवून
जगावं लागेल जिवाला!

माझा प्रत्येक श्वास
घेतो तुझंच नाव
तुझ्याशिवाय नाही
मला कुणाचा ठाव!

असं वाटतं एकदा
डोळ्यांत साठवावं तुला
पापणीच्या घरट्यात
लपवून ठेवावं तुला!

कळतंय हे स्वप्नं
आहे अवकाशात भ्रमण
संपेल तगमग केल्यावर
जीव विधात्याला अर्पण!

आसू

नियतीने लिहिली गाथा
एका अपुऱ्या स्वप्नाची!

असं वाटलं तिला पाहून
हीच ती राजकन्या
जन्मभर साथ देणारी
हीच ती अनन्या!

नजरभेटीचे नि अनुबंधांचे
विणले गेले असंख्य धागे
स्वप्नफुले वेचण्यासाठी
मन दोघांचे आतुरले!

अनुबंधांचे दुवे कोसळता
स्वप्न मनोरे मनात खचले
राग अनुरागाचे लळीत पाहता
अश्रूही ढाळून आटले!

त्या आसवांच्या आठवणींनी
अश्रूंचे जग अजूनही रडते
स्वप्नाच्या त्या आठवणींनी
फुलपाखराचे विश्व कोसळते!

प्रतीक्षा

तू का सांगतेस मला
तू दूर निघून जा
मी जरी असलो पतंग
तुझ्याच स्वप्नात मी दंग!

तुझ्या आठवणींत घालवला
आयुष्याचा प्रत्येक क्षण
असं जगण्यापेक्षा जिवलगा
येऊ दे मला मरण!

मरण जरी आलं तरी
करीन प्रतीक्षा स्वर्गदारी
त्याशिवाय न होईल पुरी
या जगाची माझी वारी!

थांबलोय तुला सांगण्यासाठी
तुझ्यात गुंतल्या रेशीमगाठी
तुझ्या एका स्मितासाठी
थांबेन आजन्म क्षितिजाकाठी!

उर्मिलेचं मनोगत

इतकं जवळ आणून
निर्मिलास का दुरावा
एकटेपणा या उर्मिलेच्या
वाट्याला का यावा!

खुडण्याआधी कळीचं
होत असतं फूल
फुलण्याआधी निर्माल्य होण्याचं
भाग्य हे अतुल!

रामायण निर्मिलं वाल्मिकीनं
दिला रामानं दुवा
मला एकटेपणा देऊन त्यानं
मिळवला का पुण्याचा ठेवा?

दे आता एकच वर
वैराग्य दे मला निरंतर
मागणार नाही मी दुसरे काही
देते मी माझ्या अश्रुंची ग्वाही!

अखेरची इच्छा

आयुष्यभर थांबलो होतो
सौंदर्याच्या क्षणासाठी
ताज दृष्टीला पडला अन्
मन हरवले यमुनेकाठी!

जन्मभर थांबलो मी
दृष्टीचं पारणं फिटण्यासाठी
एकदाच तुला पाहिलं अन्
हृदय थांबलं तुझ्यासाठी!

बघून तुझ्या सौंदर्याचा साज
झुकला मनोरा झुकला ताज
नजरभेट झाली फुलला अनुराग
स्वप्नफुलांची फुलली बाग!

झुरत राहिलं माझं अंतर
हृदयात जपली तुझीच मूर्ती
राहील ती माझ्याबरोबर
जोवर आहे सागर नि धरती!

आयुष्य संपावं आता
प्रेमाची मी हरलो बाजी
एकच इच्छा राहिली मनी
भेट व्हावी तुझी माझी!

असाही एक ताजमहाल

आयुष्यात फक्त एकदा
करतं कुणी उत्कट प्रेम
जन्मभर साथ देण्याचा
असतो मनी तीव्र आवेग!

एखादी भूल एखादी चूक
नेते दोघांना दूरदूर
उभ्या जन्माची चुकामूक
लावते मनी हुरहुर!

चेहऱ्यावर असतं खोटं हसू
लपवीत नयनांतील आसू
तो असतो एक मुखवटा
संपती हर्षाच्या लाटा!

संपलेला असतो आता खेळ
लैला-मजनूच्या मनोरथांचा
उरलेला असतो आता खेळ
मेळ नसलेल्या सावल्यांचा!

आयुष्यात फक्त एकदा
करतं कुणीतरी प्रेम बहाल
अश्रू ढाळत मागे उरतो
एक भंगलेला ताजमहाल!

भाग ८

चारोळ्या

१

आश्वासने देतो हजार
अपुरी ठेवतो बारबार
आतबट्ट्याचा नको व्यवहार
चला शोधू या एखादा बार!

२

बोटाची शाई जात नाही
कशी काढावी ज्ञात नाही
मदत तुम्ही करणार का?
अल्कोहोल मला देणार का?

३

प्रत्येक पक्ष म्हणतोय
जिंकणार माझाच घोडा
आणि तो जर हरला तर
ईव्हीएमने घातला खोडा!

४

अवचित ती दृष्टीला पडली
जखमेवरची खपली उडाली
जीवघेणी वेदना प्रसवली
कट्यार काळजात घुसली!

५

हरलो मी प्रेमाची बाजी
कुणाची जीत कुणाची हार
तुझ्यामुळे श्रीमंत झाला
आपल्या शेजारचा बार!

६

संपतोय मोबाईलचा चार्ज
फक्त दहा टक्के आहे बाकी
काय करू सुचत नाही
और जरासी दे दे साकी!

७

लिहिलं मी सर्व काही
तुझ्यावर नि तुझ्यासाठी
वाच तू एकदा तरी
आणि ये माझ्या भेटीसाती!

८

सागराच्या काठावरची
वाळू नेहमी ओलीचिंब
सागर धरतीच्या प्रेमाचं
हे तर आहे प्रतिबिंब!

९

रात्रीच्या गर्द अंधारात
मिळतो स्वप्नांचा आधार
दुपारच्या शुभ्र उन्हात
जळतं आठवणींचं आवार!

१०

नजरेला नजर भिडवून
घेतेस तू मने जुळवून
ओठांनी शब्द बोलून
जा हृदयात हरवून!

११

लहानशा या जगात
जर पडलीस तू नजरेला
स्वर्गाचं रूप मिळेल
या माझ्या अवनीला!

१२

तिथून चालत जाताना
तुझी पावलं आठवली
अन् आठवणींची बरसात
मनात रुतून राहिली!

१३

लिहिलं काहीतरी धडपडत
सहज सुचलं म्हणून
वाहत वाहत निर्झर
राहिला जीवन प्रवाह होऊन!

तरंगिणीच्या कविता

मृगजळ

जीवनाच्या रखरखीत वाळवंटात
आयुष्याची धगधगीत वाट
निराशेच्या उष्णतेत
मनाचा दाह सोशीत
मी चालले होते
मधेच प्रेमाचा अमृतकलश
हाती गवसला!

वाटले जहरच असेल
म्हणून लाथाडून टाकला
मृगजळाला अमृत मानून
मृगजळाकडे
आशेच्या पंखांनी उडून गेले!

पाहिले तो ते मृगजळ
डोळ्यांत अवतरले
केविलवाण्या खुरडत्या पावलांनी
मागे फिरले
रखरखीत वाळवंट कष्टाने तुडवीत
अमृतकलशापाशी आले
अमृतकलश हाती घेता
मी अमृतमय झाले!

चिरंतनाचा प्रवास

आली दिवाळी दिवाळी
स्नेहमय ज्योती लावा
लक्ष दीपांच्या तेजाने
विश्व सारे उजळवा!

आली दिवाळी दिवाळी
सृष्टी वैभव घेऊन
सर्व चराचरा देऊन
नवंचैतन्याची झळाळी!

आली दिवाळी दिवाळी
निळं निर्मळ आकाश
मंद दीपांच्या तेजात
चिरंतनाचा प्रवास!

विहंग न तू गंधर्व भूवर

सुरम्य पक्षीराज देखिला नेत्र रंगविले
सुवर्णमय पक्ष देखुनी हृदय गुंगले!

कंठ तयाचा आळवितो सुरस सुस्वर
ऐकुनी प्रफुल्ल होते मम अंतर!

विकसते रक्त रंगछटा सुरंगी
फुलविते मम काव्यशक्ती अंतरंगी!

पाहुनी तयाची भरारी क्षितिजावरी!
स्मित उमलते माझिया मुखावरी

उंच उडे पंख चमकती नभावरी
नीलिमा दिसते सप्तरंगी मेघावरी!

जाई असा तो दृष्टिपथा बाहेरी
रंग विहंगाचे विलीन होती विश्वांतरी!

पाहता स्वरूप ऐकता गान सुमधुर
भासे नच पक्षी असे गंधर्व भूवर!

रंगानुबंध

आयुष्याच्या प्रातःकाळी
सूर्योदय हा प्राचीला
सोनेरी त्या रंगदर्शनी
हर्ष होतसे हृदयाला!

निसर्गातली विविध स्वरूपे
आभाळाची मोहक माया
पर्वतराजी नदीत टाकी
रम्य तरूची शीतल छाया!

अनंत चित्रे अनंत रंगी
विश्वरूप मनी साठविले
दिव्यत्वाची येता प्रचिती
मीपण माझे मन गोठविले!

येई वर्षाऋतू दर्याकिनारी

येई वर्षाऋतू दर्याकिनारी
खवळे सागर धडकती लहरी !

सळसळे वालुका लाटांच्या नर्तनी
शंख शिंपले गाती रागरागिणी !

क्षितिजाहुनी चढती नभी पयोधर
घनकृष्ण भ्रमती वेगे दर्यावर !

घर्षती गर्जती घन कडाडत
चमके चंचला घे उडी सागरात !

वारा सोसाट दिशा धुंद होती
पसरी काळोख आवतीभोवती !

मेघ वर्षती जलबिंदूंच्या सरी
विलीन होती सिंधु उदरी !

 # तरंगिणी कुलकर्णी यांचा परिचय

तरंगिणी कुलकर्णी (पूर्वाश्रमीच्या ज्योती भोजराज) या शालेय जीवनापासून कविता लिहीत. त्यावेळी त्यांच्या काही कविता प्रतिष्ठित मासिकात प्रसिद्धही झाल्या होत्या. 'ईव्हज वीकली' या नियतकालिकाने त्यांची मुलाखतही घेतली होती. त्यामुळे कविता लेखनासाठी त्यांना प्रोत्साहन मिळाले.

त्यांना गीत गायनाची अत्यंत आवड असून आजही त्यांची कित्येक हिंदी, मराठी गाणी तोंडपाठ आहेत. या कलांमुळे त्या बीए झाल्या. प्री-डिग्री परीक्षेत त्यांनी प्रथम क्रमांक पटकावला. शिवाय इतर हस्तकलांमध्येही त्यांनी प्रावीण्य मिळविले.

तरंगिणी या गृहकृत्यदक्ष असून नवनवीन पदार्थ करून खिलवण्याची त्यांना खूप आवड आहे.

***

विदर्भातील दीपक गोविंद भोजराज ते अमेरिकास्थित डॉ. दीपक हा माझ्या आयुष्याचा उणापुरा प्रवास!

मी मुंबईच्या जी. एस. मेडिकल कॉलेजमधून एमडी (पॅथॉलॉजी), तसेच एफसीपीएस (पॅथॉलॉजी) या परीक्षा १९७३ मध्ये गोल्ड मेडल मिळवून उत्तीर्ण झालो. त्यानंतर अमेरिकेत उच्च शिक्षण घेऊन तेथेच चाळीस वर्षे प्रॅक्टिस केली.

यादरम्यान माझा मराठीचा व्यासंग चालूच होता. अमेरिकेतील बृहन्महाराष्ट्र मंडळाच्या मराठी अधिवेशनामध्ये माझा सक्रिय सहभाग होता.

उत्तर अमेरिकेतील 'एकता' या त्रैमासिकात माझ्या काही कविता प्रसिद्ध झाल्या आहेत.

***